Kristalshelixinn

Sífellt

Forvitna yngra sjálf, sem eyddi óteljandi klukkustundum í að greina froska (að mestu leyti í myndhverfingu), vafra um rykugar goðafræðibækur og dreyma um fantasíuheima þar sem vísindi og galdrar fléttast saman. Þessi bók er vitnisburður um þá óhagganlegu trú að ótrúlegustu sögurnar fæðast af óvæntum árekstri hugmynda sem virðast ólíkar. Hún er áminning um að byltingarkenndu uppgötvanirnar gerast oft þegar við þorum að horfa lengra en hið kunnuglega, að spyrja spurninga um viðurkenndar venjur og að faðma þá fallegu ringulreið sem myndast þegar rökfræði og undur rekast á.

Þessi bók er einnig tileinkuð öllum ósungnum hetjum vísindanna - rannsóknarstofuaðstoðarmönnum, vísindamönnum, kyrrlátum hugum sem oft fara framhjá hollustu við uppgötvanir. Þið eruð burðarás nýsköpunar, þöglu arkitektarnir framfara og óþreytandi vinna ykkar innblæs mig á hverjum degi. Ástríða ykkar fyrir að skilja heiminn, óhagganleg skuldbinding ykkar við leit að þekkingu, er hinn sanni galdur sem knýr þessa sögu áfram. Það eruð þið sem sjáið hina stórkostlegu fegurð í flækjum DNA, ljóðræna glæsileika fullkomlega jafnvægrar jöfnu, faldar frásagnir innan hins virðast hversdagslega.

Persónulega séð er þessi hollusta fyrir fjölskyldu mína, sem hefur með óendanlega stuðningi sínum og óbilandi trú á mér gert þessa ferð mögulega. Þolinmæði ykkar með mínum langlokufullu yfirlýsingum seint á kvöldin um genadýr og talandi pípettur hefur verið ómetanleg (jafnvel þótt ég hafi stundum gert ykkur brjálaða). Þakka ykkur fyrir að trúa alltaf á kraft sagna, fyrir að sætta ykkur við ringulreið sköpunarkraftsins og fyrir að minna mig á að jafnvel ævintýralegustu sögurnar þurfa jarðbundið hjarta. Ást ykkar og hvatning hafa verið stöðugi, jarðbundni krafturinn sem gerði mér kleift að flétta þessa blöndu af vísindum, goðsögnum og skemmtilegum ævintýrum. Fyrir ykkur, mína tryggustu lesendur og stærstu stuðningsmenn, er þessi saga fyrir ykkur. Megi töfrarnir á síðunum kveikja ímyndunarafl ykkar, ögra skynjun ykkar og minna ykkur á undrið sem bíður ykkar þegar við þorum að dreyma út fyrir mörk hins þekkta.

1. Kafli: Hvísl helix-hreyfisins

Loftið var þungt af ilmi af ósoni og ryki, sérkennilegum ilmi sem er einstakur í gleymdum krókum neðanjarðarrannsóknarstofunnar. Elara, andardráttur hennar þokukenndur lítillega í kuldanum, dró útlínur kristalsins með hanskaklæddum fingri. Það púlsaði með daufri, innri birtu, taktfastum dynk sem ómaði djúpt í brjósti hennar. Hún hafði rekist á það fyrir slysni, týndan kassa í svo fornum, svo vanræktum hluta rannsóknarstofunnar að það fannst meira eins og fornleifauppgröftur en vinnuaðstaða. Rykkorn, lýst upp af höfuðljósi hennar, dönsuðu í loftinu og sköpuðu skammvinn stjörnumerki í kringum þennan einstaka hlut.

Kristallinn sjálfur var stórkostlegur. Fullkominn tvöfaldur helix, mótaður úr efni sem hún gat ekki borið kennsl á, hann glitraði með innri ljóma sem virtist breytast og breytast með hverju andardrætti sem hún tók. Uppbygging hans var óneitanlega kunnugleg – spegilmynd af DNA sameindinni sem hún hafði eytt óteljandi klukkustundum í að rannsaka – en eitthvað var djúpt ólíkt. Þetta var ekki bara DNA; það geislaði frá sér orku sem kitlaði á húð hennar, lúmskur suð sem fannst bæði forn og ómögulega nýr.

Elara, björt ung kona sem oft gleymdist meðal rótgrónari vísindamanna rannsóknarstofunnar, hafði alltaf fundið fyrir dragningu í átt að því óvenjulega, forvitni sem jaðraði við þráhyggju. Hún hafði eytt kvöldunum í að grandskoða óljós texta um erfðafræðileg frávik, heilluð af jaðarkenningum og gleymdum tilraunum sem gáfu í skyn eitthvað handan hins þekkta. Þessi uppgötvun fannst eins og hápunktur allra þessara seinu nætur, leyndarmál hvíslað frá hjarta jarðar.

Rannsóknarstofan sjálf var vitnisburður um gleymdan metnað. Djúpt í kviði fjallsins var hún völundarhús af óma göngum og gleymdum herbergjum. Raðir eftir raðir af úreltum búnaði, skífur þeirra og mælar þaktir þykku ryklagi, suðaði af lágum, næstum dapurlegum dyn. Loftið fannst hlaðið, þykkt af sögu, leyndarmálum sem höfðu verið grafin djúpt og löngu gleymd. Þetta var staður þar sem mörkin milli vísinda og einhvers annars – einhvers töfrandi – virtust þoka og leysast upp.

Upphafleg spenna Elaru barðist við vaxandi kvíða. Orkueinkennin sem hún greindi voru ólík öllu sem hún hafði nokkurn tíma rekist á, langt umfram eðlilegar rafsegulsveiflur jafnvel fullkomnustu rannsóknarstofubúnaðar. Hún skoðaði vandlega gagnagrunninn sinn, keyrði greiningarskannanir og bar mælingarnar saman við allar þekktar orkugjafa í víðáttumiklum gagnagrunni sínum. Ekkert passaði.

Því meira sem hún skoðaði kristalinn, því órólegri varð hann. Flókinn uppbygging hans virtist breytast og endurraða sér lúmskt fyrir augum hennar, ljósmynstrin innan í honum breyttust örlítið. Það var eins og helixinn væri lifandi, að endurskrifa sinn eigin kóða, sameindadans af óviðjafnanlegri flækjustigi. Þetta var ekki bara uppgötvun; Þetta var fyrirbæri í vinnslu, lifandi, andandi ráðgáta sem véfengdi allt sem hún vissi um náttúruna.

Skyndilegt blikk í augnkróknum hennar vakti athygli hennar á úreltum tölvuskjám rannsóknarstofunnar. Þær sýndu venjulega ekkert meira en kyrrstöðu, en nú púlsuðu þær með eterískum ljóma, dularfull tákn dönsuðu um skjái þeirra á tungumáli sem hún þekkti ekki, en sem einhvern veginn ómaði djúpt í undirmeðvitund hennar. Táknin, flókin og framandi, gáfu vísbendingu um tungumál sem var bæði fornt og ótrúlega öflugt, og fléttuðu saman mynstrum sem minntu á gleymdar goðsagnir og týndar siðmenningar.

Hjartað barðist í brjósti hennar. Var hún að fá ofskynjanir? Var einangrunin, hin undarlega orka rannsóknarstofunnar, loksins að ná tökum á henni? Hún klípaði sig, skarpur stingur veruleikans jarðaði hana augnablik. En táknin héldu áfram, færðust til og breyttust, eins og lifandi, öndandi handrit. Loftið í kringum hana sprakk af orku sem fannst greinilega ... Töfrandi.

Elara rétti út höndina, hikandi í fyrstu, síðan með vaxandi sjálfstrausti, og snerti kalda yfirborð kristalsins. Kippur, daufur en óumdeilanlegur, skaust í gegnum handlegg hennar og sendi skjálfta niður hrygginn. Suðið magnaðist, táknin á tölvuskjánum blikkuðu bjartari og líflegri. Undarlegur hlýja breiddist út um líkama hennar, tilfinning ólík öllu sem hún hafði nokkurn tíma fundið áður, tilfinning sem var bæði hressandi og ógnvekjandi.

Taktískur púls kristalsins virtist samstillast við hennar eigin hjartslátt og skapaði ómun sem gegnsýrði alla veru hennar. Bylgja svima skolaði yfir hana og um stund fannst henni hún gjörsamlega týnd, rekin í hafi af hvirfilbyljandi orku og dulrænum táknum. Svo, jafn hratt og það hafði byrjað, hjaðnaði það og skildi hana eftir skjálfandi en undarlega upplyfta.

Hún var ein í rannsóknarstofunni, kílómetrum undir yfirborði jarðar, umkringd draugum fyrri vísindalegra athafna, og hún hélt í höndunum á einhverju sem braut gegn öllum þekktum vísindalegum meginreglum, eitthvað sem færði út fyrir mörk veruleikans sjálfs. Þyngd uppgötvunarinnar þröngvaði niður á henni, krossandi byrði sem vegaði upp á móti ávanabindandi spennu hins óþekkta. Hún hafði rekist á eitthvað stórkostlegt, eitthvað sem myndi án efa breyta heiminum eins og hún þekkti hann, til hins betra eða illra. Kvíði hennar jókst, en einnig ákveðni hennar. Þetta var ekki bara uppgötvun; þetta var upphafið að óvenjulegu ævintýri, ferðalagi inn í hjarta ráðgátu sem spannaði aldir og hótaði að afhjúpa sjálfan vef veruleikans. Hvíslið um helix hafði heyrst og heimurinn var að fara að breytast að eilífu. Næsta skref hennar var skýrt, þó ógnvekjandi: hún þurfti að skilja hvað hún hafði fundið áður en það væri of seint.

Táknin á tölvuskjánum, upphaflega flöktandi forvitni, storknuðu í flókin, hvirfilmynstur. Þau líktust ekki lengur handahófskenndum kyrrstöðum; þau voru tungumál, fornt og öflugt, sem etsaði sig inn á rykuga skjái með næstum áþreifanlegri nærveru. Elara, með hjartað sem hamraði við rifbeinin, fann undarlega togkraft til þeirra, eðlislægan skilning sem fór fram úr meðvitaðri þekkingu hennar. Þau virtust raula með sömu orku og kristallinn, ómun sem titraði í gegnum sjálft loftið og lét hárin á handleggjum hennar rísa.

Umbreytingin var lúmsk í fyrstu, næstum ómerkjanleg. Glitrandi afbökun í sjónhorni hennar, hverfult hvísl af hreyfingu þar sem engin var. Síðan fóru áberandi breytingar að koma í ljós. Rykkorn, venjulega óvirk, runnu saman og hvirfluðust, mynduðu hverful form sem færðust og umbreyttust eins og lifandi skúlptúrar. Loftið sjálft virtist þykkna, titrandi af áþreifanlegri orku sem ómaði undir húð hennar. Þá

Komu verurnar.

Í fyrstu voru þær skuggar, hverful hreyfing frá augnkróknum hennar – hverfult glampi af gljáandi hreistur, hvísl af fjöðruðum vængjum, vísbending um sveigða, snákakennda lögun. En þegar orkan í rannsóknarstofunni jókst, storknuðu skuggarnir og tóku á sig áþreifanlega mynd. Gríffugl, með gríðarstóra vængi sem spannuðu breidd gangsins, birtist úr engu, gullnu augun föst á Elöru með fornu, vitandi augnaráði. Nærvera hennar var áþreifanleg, bylgja af krafti sem sendi hroll niður hrygg hennar. Veran var stórkostleg, skelfileg og algjörlega raunveruleg.

Önnur vera fylgdi í kjölfarið – vera sem var miklu órólegri. Vera úr goðsögnum, úr martraðir. Basilisk, með smaragðsgræn augu sem glitruðu af illgjörnum ásetningi, kom upp úr djúpi dimmrar alkófu. Hreistir hennar glitruðu með olíukenndum gljáa, sem endurspeglaði undarlegan ljóma kristallsins. Nærvera hennar geislaði af sér eitraða áru, kæfandi ótta sem þrýsti niður á Elöru og hótaði að kremja anda hennar.

Vísindaleg þjálfun Elöru barðist gegn vaxandi straumi frumstæðs ótta. Hún vissi að þessar verur voru ómögulegar, brot á þekktum náttúrulögmálum. Samt stóðu þær þar, áþreifanleg sönnun þess að kristalspiralinn hafði leyst úr læðingi eitthvað... óvenjulegt. Eitthvað töfrandi.

Hún staulaðist til baka, með gagnablokkina sína fast í hendi sér, dauðhreinsað ljós hennar veikburða vörn gegn yfirvofandi framandi veruleika. Rannsóknarstofan, sem eitt sinn var dauðhreinsað umhverfi vísindalegrar rannsóknar, hafði umbreyst í fantasíudýrasafn, undarlegt samspil vísinda og goðsagna. Úrelt tækin púlsuðu af himneskri birtu, táknin á tölvuskjánum þyrluðust hraðar og ákafari, eins og kaotiskur dans fornra tákna.

Orkan var ólík öllu sem hún hafði nokkurn tíma upplifað. Hún var ekki bara rafsegulfræðileg; hún púlsaði af lífskrafti, hráum, ótemdum krafti sem ómaði við sjálfa vef tilverunnar. Hún fann hann streyma um æðar sínar, spennandi en samt skelfileg tengsl við forna töfra sem kristallinn leysti úr læðingi.

Kristallinn sjálfur virtist vera uppsprettan, tvöfaldur helix hans glitraði skærara, innri ljóminn magnaðist. Uppbygging hans var enn óyggjandi DNA, en samt var hann greinilega að þróast, endurskrifa sig í rauntíma og skapa flókin mynstur sem færðust og endurraðuðust með ótrúlegum hraða. Þetta var lifandi, öndandi vera, sjálfþróandi kóði sem braut gegn öllum þekktum líffræðilögmálum.

Loftið sprakk af öldu töfraorku, áþreifanlegum krafti sem fyllti rannsóknarstofuna af næstum áþreifanlegum suði. Rykkorn dönsuðu í flóknum mynstrum, að því er virtist vera skipulagt af ósýnilegri hendi. Leturgerðirnar á skjánum púlsuðu með enn meiri styrk, mynstrin færðust og breyttust, eins og þau væru að miðla einhverju djúpstæðu, einhverju óskiljanlegu.

Upphafleg ótti Elöru breyttist í blöndu af lotningu og hryllingi. Hún skildi núna - hvíslið frá helixinum var ekki bara lúmsk vísbending; það var hljóðmerki. Kristallinn var ekki bara uppgötvun; hann var lykill, sem opnaði dyr að veruleika handan marka vísindalegs skilnings hennar.

Griffoninn, með óhagganlegt augnaráð, lét frá sér lágt öskur, hljóð sem titraði gegnum bein Elaru. Basiliskinn hvæsti, gaffalknúna tungan titraði, smaragðsgræn augun brunnu af köldum eldi. Verurnar, þótt þær væru í upphafi ógnvekjandi, voru ekki að ráðast á. Þær virtust vera að ... Fylgjast með. Bíða.

Þegar Elara starði í vökul augu goðsagnaveranna fann hún djúpstæða breytingu innra með sér. Kitlandi tilfinning breiddist út um líkama hennar, orkubylgja sem fannst bæði framandi og djúpt kunnugleg. Skynfæri hennar skerptust, urðu skarpari, næstum því ofurmeðvituð. Hún fann lyktina af ósoninu í loftinu, bragðið af rykinu á tungunni, heyrði dauft hvísl vindsins mílum fyrir ofan fjallið.

Heimurinn, sem eitt sinn var kunnuglegur og fyrirsjáanlegur, var orðinn framandi og undursamlegur. Hún var ekki lengur bara vísindamaður; hún var þátttakandi í stórkostlegu, ógnvekjandi og spennandi leikriti, leikriti sem gerðist undir jörðinni, átökum milli vísinda og goðsagna. Kristalsþráðurinn hafði vakið eitthvað fornt, eitthvað öflugt, og hún, Elara, var föst í hjarta þess.

Forn tákn blikkuðu á skjánum, tungumál sem hún skildi ekki en hafði samt sem áður óm við djúpa veru hennar. Goðsagnaverurnar fylgdust með henni, nærvera þeirra þung af óorðum skilningi. Kristalsspiralinn púlsaði, orka hans leiðsla að veruleika sem hún var rétt að byrja að skilja. Vakningin var fullkomin. Leikurinn var hafinn. Ferðalag hennar inn í hjarta leyndardómsins var hafið, ferðalag sem myndi reyna á hugrekki hennar, greind og að lokum sál hennar. Hvíslið frá spíralnum var orðið að öskur og heimurinn hélt niðri í sér andanum.

Loftið sprakk, táknin á skjánum urðu að æði af ljósi. Þá, úr ringulreiðinni, birtist eitthvað óvænt. Lítil pípetta, ekki stærri en þumalfingur Elaru, losnaði frá grindinni og rúllaði yfir borðplötuna með undraverðri lipurð. Hún stoppaði fyrir framan hana, örsmái oddin benti ásakandi.

„Jæja, hæ elskan," kvitraði hún, röddin ótrúlega djúp og hljómmikil miðað við stærð sína. „Það tók þig nógu langan tíma. Ég hef beðið eftir verðugum samræðumanni í árþúsundir, veistu."

Elara starði, orðlaus. Talandi pípetta? Þetta var meira en óraunverulegt, jafnvel miðað við staðla þess tíma. Griffoninn og basiliskinn, þótt þeir væru óvenjulegir, voru að minnsta kosti innan marka goðsagnakenndra möguleika. Meðvituð, kaldhæðnisleg pípetta var hins vegar föst í landi hreinnar, ómengaðrar fáránleika.

„Þú ... Geturðu talað?" tókst henni loksins að stama.

„Ótrúlegt, er það ekki?" svaraði pípettan, með vott af sjálfsánægju í tóninum. „Árþúsund ára útsetning fyrir öflugri töfraorku mun gera það við rannsóknarstofutæki. Nafnið þitt er Pip, reyndar. Og þú heitir Elara, geri ég ráð fyrir? Ég hef verið að fylgjast með ... Frekar klaufalegum tilraunum þínum til að ráða í þessi tákn."

Pip þagnaði, litla glerrörið hallaði sér örlítið. „Klaufalegt, elskan. Algjörlega klaufalegt. Jafnvel ég gæti gert betur, og ég er varla fimm tommur á hæð."

Áður en Elara gat svarað þessari óvæntu móðgun, sprakk glitrandi smaragðsgrænt ljós úr hjarta kristalspiralsins. Lítil, visin vera, ekki stærri en hnefi hennar, birtist í hvirfilbylnum orkunni. Hún leit út eins og smækkuð, pirruð vera, sem geislaði frá sér áru fornrar orku og töluverðrar pirrings. Vængirnir hennar, gljáandi og fínlegir, glitruðu í þúsund litum á meðan hún sveif pirruð.

„Alveg satt," möglaði draugurinn, röddin eins og hávær píp, „Verðurðu alltaf að gera svona mikið úr þessu? Ég hef varið þennan spíral í árþúsundir og þetta eru þakkirnar sem ég fæ? Algert töfragos og hreint út sagt hræðilegur skortur á kurteisi."

„Ó, hafðu ekki áhyggjur af honum, elskan," greip Pip fram í og veifaði litla oddinum. „Þetta er Glimmer. Hann er... verndari spíralsins. Meira eins og pirraður barnapía, í raun og veru. Hann heldur að hann sé miklu mikilvægari en hann í raun er."

Glimmer, eins og við var að búast, öskraði mótmælandi, en Pip hunsaði hann og hélt áfram. „Nú, varðandi þessi tákn..."

Og þannig hófst ólíklegt bandalag. Elara, vísindalega sinnaður rannsakandi, lenti í samstarfi við kaldhæðnislega pípettu, sífellt pirraðan genadrottning og – eins og örlögin vildu – prinslegan lærling sem reyndist vera miklu meira en hann virtist vera. Prins Gaius, eins og hann kynnti sig, hafði rólegan sjarma sem í fyrstu var afvopnandi. Framkoma hans var kurteis, jafnvel feiminn; hann hjálpaði Elöru að skipuleggja óreiðukennd gögn, og þekking hans á fornum tungumálum reyndist ótrúlega gagnleg við að ráða í táknin. Hins vegar bar Gaius leyndarmál – ætterni sem teygði sig aftur til fornrar kynþáttar formskiptara. Hann gat, þegar þörf krefði, umbreytt sér í stórkostlegan, snjóhvítan úlf, breyting jafn skyndileg og sláandi og birting griffonsins og basilisksins.

Upphafleg samskipti voru spennuþrungin. Elara, vön dauðhreinsaðri nákvæmni vísindalegrar aðferðafræði, átti í erfiðleikum með að sætta skynsemi sína við þann fantasíulega veruleika sem birtist fyrir framan hana. Glimmer var stöðug uppspretta kaldhæðnislegra athugasemda og lýsti óánægju sinni með aðferðir þeirra og almennum skorti á virðingu fyrir fornum embættismönnum sínum. Pip, á meðan, lék hlutverk beiskra miðlara og bætti við skammti af dökkum húmor í annars spennuþrungnu ástandi. Caius, sem í fyrstu hikaði við að afhjúpa sanna eðli sitt, fylgdist með framvindu þeirra af varfærni og gaf stundum dularfullar vísbendingar og innsýn sem sprottin voru af aldagömlum sögu fjölskyldu sinnar.

Fyrstu tilraunir þeirra til að ráða í táknin reyndust misheppnaðar. Táknin, forn og flókin, virtust breytast og breyta merkingu eftir ljóshorni og orku í kring. Hjálp Glimmer var lítil; skýringar hans voru í besta falli dularfullar, oft fléttaðar gátum og dulbúnum hótunum. Pip reyndist, óvænt, vera ótrúlega fær þýðandi, þó að athugasemdir hans og kaldhæðnislegar athugasemdir trufluðu Elöru stöðugt.

Eina nóttina, eftir sérstaklega pirrandi afkóðunarlotu, afhjúpaði Caius loksins allt umfang hæfileika sinna. Hann umbreytist í úlf, augu hans glitruðu af fornri visku. Í formi hennar hafði hann skarpari skynjun, fær um að „heyra" óm táknanna, daufir titringar þeirra fléttuðu frásögn sem var handan við skilning mannsins.

Hann afhjúpaði að táknin voru ekki bara tákn; Þau voru lifandi kóði, flókið net skipana sem ofið var inn í vef raunveruleikans sjálfs. Helixinn, útskýrði hann, var ekki bara brot úr DNA, heldur lykill, hlið að heimi þar sem vísindi og goðafræði fléttuðust saman, þar sem náttúrulögmálin voru fljótandi og hið ómögulega varð algengt.

Úlfurinn byrjaði, með fíngerðum hreyfingum og úlfum, að þýða táknin og afhjúpaði brot úr fornum fræðum, spádóma sem hvísluðust um árþúsundir og flókna virkni töfrakerfis sem fór langt fram úr mannlegum skilningi. Glimmer, sem yfirleitt var tregur til að aðstoða, bauð óvænt fram beinni hjálp á þessum fundum, og möglið kom í staðinn fyrir stuttar, skarpar leiðbeiningar. Pip hélt auðvitað áfram að bjóða upp á fyndnar athugasemdir og athuganir hans veittu oft mikilvæga innsýn í táknfræði og setningafræði táknanna.

Þegar þau unnu saman fór upphaflega vantraustið og fjandskapurinn að bráðna. Elara, sem varð vitni að samstarfinu, fór að skilja að óvenjulegar aðstæður kröfðust samvinnu sem hún hafði ekki búist við. Glimmer, þótt enn væri pirruð, byrjaði að bjóða upp á meiri aðstoð, leiðbeiningar hans urðu minna dularfullar og yfirlýsingar hans minna fyrirlitnar. Pip, alltaf raunsæismaður, hélt áfram beiskum húmor sínum, en athugasemdir hans urðu minna gagnrýnar, litaðar af óvæntri félagsanda. Caius, öruggur með bandamenn sína, afhjúpaði meira af fortíð sinni, deildi brotum úr sögu fjölskyldu sinnar, baráttu þeirra við að vernda jafnvægið milli heima og djúpum skilningi sínum á þeim forna galdri sem ofinn er innan í uppbyggingu helixsins.

Helixinn púlsaði taktfast, orka hans varð sterkari, táknin þyrluðust í dáleiðandi ljósdansi. Þau voru að afhjúpa leyndarmál eldri en mannkynið sjálft – leyndarmál sem höfðu möguleika á að bæði bjarga og eyðileggja heim þeirra. Ólíklegt bandalag þeirra, smíðað í deiglu töfraorku og ómögulegra vera, hafði byrjað að mynda tengsl sem fóru út fyrir tegundir og jafnvel veruleika. Hvísl helixsins var að þróast í öskur og þau stóðu við klettabrúnina, tilbúin að svara kalli hans.

Taktfastur púls helixsins magnaðist, þyrlandi táknin vörpuðu breytilegum skuggum yfir rannsóknarstofuna. Elara, Caius (enn í úlfsmynd sinni, mjúk væl hans punktuðu yfir afkóðunarferlið), Glimmer (múgaði minna, óvænt) og Pip (sem bauð upp á athugasemdir með tregðu virðingu) voru að ná árangri. Þau voru að setja saman brot úr frásögn sem spannar árþúsundir, sögu sem er ofin inn í sjálfan vef spíralsins.

Skyndilega lagðist kuldi yfir loftið, greinileg breyting á töfraorkunni sem umkringdi þau. Ljós spíralsins blikkaði og varpaði löngum, afmynduðum skuggum sem dönsuðu eins og draugar. Lágt suð barst um gólfið, titraði upp í gegnum skóna þeirra, djúpt, ógnvænlegt dynk sem bar vitni um gríðarlegan kraft. Glimmer sendi frá sér hátt óp, litla líkami hans skalf.

„Hann er hérna," kveinkaði Glimmer, rödd hans þrungin ótta, í mikilli andstæðu við venjulegar kaldhæðnislegar yfirlýsingar hans. „Valerius... hann hefur fundið okkur."

Þegar nafnið var nefnt fór hrollur niður hrygg Elaru. Hún hafði heyrt hvísl um Dr. Valerius, þekktan vísindamann sem aðeins var grimmd hans og algjört virðingarleysi fyrir siðferðilegum mörkum betri en snilligáfa hans. Sögusagnir sýndu hann sem mann upptekinn af metnaði, tilbúinn að fórna hverju sem er – og hverjum sem er – til að ná markmiðum sínum.

Áður en nokkur gat brugðist við birtist mynd inni í rannsóknarstofunni, mótuð af smaragðsgrænu ljósi helix-geimsins. Hár og áhrifamikill, frá honum geislaði andrúmsloft af köldu yfirvaldi, augun glitruðu af óróandi styrk. Dr. Valerius.

Hann var óaðfinnanlega klæddur í sérsniðnum jakkafötum, í mikilli andstæðu við óreiðukennda umhverfið í kringum hann. Útlit hans var næstum óhugnanlegt, óróleg samsetning af fágaðri glæsileika og hráum krafti sem geislaði frá honum. Hann bar sig með rólegu sjálfstrausti, sjálfsöryggi sem bar vitni um árabil í að stjórna öðrum og beygja heiminn að vilja sínum.

„Æ, æ," mjálmaði Valerius, röddin mjúk og menntuð, en samt bar undirliggjandi ógn. „Þetta var yndisleg lítil samkoma. Ég verð að segja að ég er hrifinn. Ég hafði ekki búist við að þið mynduð ná svona miklum árangri."

Augnaráð hans sveiflaðist yfir hópinn og dvaldi á hverjum og einum af útreiknanlegri ákefð. Hann rannsakaði spíralinn með blöndu af aðdáun og ágirnd, augun skinu af órólegri löngun í kraft hans. Hann nálgaðist hægt, hvert skref var ákveðið, nærvera hans fyllti rannsóknarstofuna þungri þyngd.

Elara fann fyrir adrenalínbylgju, vísindaleg hugur hennar átti í erfiðleikum með að samræma þann fantasíulega veruleika sem birtist fyrir framan hana við kaldan, harðan veruleika hættulegs andstæðing. Caius, í úlfsmynd sinni, urraði lágt í hálsinum, skilningarvitin hækkuðu, vakandi fyrir hverri skyndilegri hreyfingu. Glimmer skalf greinilega, litlu vængirnir hans titruðu eins og óþreyjufullir. Jafnvel Pip, alltaf ótruflaða pípettan, virtist aðeins minna kaldhæðinn, litli glerlíkaminn titraði dauft.

„Hvað viltu?“ spurði Elara og reyndi að varpa fram sjálfstrausti sem hún fann ekki alveg fyrir.

Valerius kímdi, lágt, nöldrandi hljóð sem sendi nýja bylgju óróleika um herbergið. „Ó, ég vil margt, elskan mín. En fyrst og fremst vil ég helixinn. Og þekkinguna sem hann býr yfir.“

Hann benti á aðstoðarkonu sína, unga konu með hvöss, útreiknandi augu og taugaveiklaðan kipp í vinstri hendi. Hún stóð þögul í skuggunum, nærvera hennar í mikilli andstæðu við stjórnandi framkomu Valeriusar. Ótti hennar var þó áþreifanlegur.

„Þetta ... Einstaka erfðatækniverk," hélt Valerius áfram, augnaráð hans fest á helixinn, „geymir lykilinn að óhugsandi valdi. Valdi sem mun umbreyta þessum heimi og lengra."

Hann þagnaði, augun glitruðu af metnaði. „Ímyndaðu þér," hvíslaði hann, röddin féll niður í samsæriskenndan mög, „möguleikana. Ódauðleika. Óviðjafnanlegan styrk. Stjórn á sjálfum tilverunni."

Aðstoðarmaður hans skalf greinilega við orð hans, eins og hún væri bæði skelfd og dáleidd af sýn hans. Elara áttaði sig á því að metnaður Valerius náði langt út fyrir að skilja einfaldlega helixinn; hann reyndi að stjórna honum, beita krafti hans í eigin snjöllum tilgangi.

Valerius beindi athygli sinni aftur að Elöru, rándýr glampi í augum hans. „Ég hef fylgst með framförum þínum, kæra mín. Frekar... áhrifamikið, fyrir venjulegan dauðlegan vísindamann. En aðferðir þínar eru... óhagkvæmar. Jafnvel klaufalegar. Ég býð þér tækifæri til að vinna saman. Vertu með mér og við getum afhjúpað leyndarmál helixsins saman og náð miklum árangri fram úr villtustu draumum þínum."

Hann rétti fram höndina, lófinn opinn í látbragði falskrar boðunar. Þetta var hryllilegt tilboð, hulið samvinnu, en greinilega þunnt dulbúin ógn. Elara vissi að þessi höfnun myndi hafa í för með sér miklu alvarlegri afleiðingar en nokkuð sem hún hafði staðið frammi fyrir hingað til.

„Og hvað ef ég neita?" spurði Elara, röddin óhagganleg, þótt hjartað hamraði í brjósti hennar.

Kalt bros breiddist út um andlit Valerius. „Þá," sagði hann, röddin harðnaði, „verður þú fjarlægð/ur úr jöfnunni. Og helixinn verður minn."

Aðstoðarmaðurinn færði sig órólega, augnaráð hennar flakkaði á milli Elaru og Valerius. Ótti hennar var augljós, en það var líka leiftur af einhverju öðru – drungaleg ákvörðun, kælandi vilji til að taka þátt í dökkum metnaði Valerius. Það varð ljóst að hún var ekki bara hrædd, heldur samsek.

Loftið sprakk af spennu. Ólíklegt bandalag Elaru, Caius, Glimmer og Pip stóð frammi fyrir ógnvekjandi óvini, vísindamanni sem metnaður þekkti engin takmörk og aðferðir hans voru jafn miskunnarlausar og framtíðarsýn hans var skelfileg. Hvíslið frá spíralnum hafði breyst í öskur, en hljóðið af nálgun Valeriusar kæfði allar aðrar raddir, óhugnanlegt forleikur að átökum sem myndu ráða örlögum heims þeirra. Leikurinn hafði breyst. Hann snerist ekki lengur um að ráða fornar ráðgátur; hann snerist um að lifa af. Skuggi galdramannsins hafði fallið og myrkrið hótaði að gleypa þau öll. Baráttan um spíralinn, og um líf þeirra sjálfs, var hafin.

Loftið iðaði af varla innihaldsríkri orku, áþreifanlegu suði sem titraði ekki aðeins í loftinu heldur í sjálfum beinum hópsins sem hafði safnast saman. Elara, fingur hennar rekja kalda, slétta yfirborð spíralsins, fann undarlegan ómun, tengingu sem fór lengra en einungis vísindalegar athuganir. Það var eins og spíralinn sjálfur væri að hvísla leyndarmálum, flókin uppbygging hans tungumál sem beið eftir að vera skilið.

Caius, með úlfsmyndina enn öfluga nærveru í herberginu, kveinaði lágt, viðkvæm eyru hans kipptust við fíngerðum breytingum á töfrasviðinu. Hann nuddaði varlega í hönd Elöru, lágt urr ómaði í brjósti hans, viðvörun – eða kannski ábending? Aukin skilningarvit hans tóku eftir blæbrigðum sem forðuðust mannlegri skynjun, fíngerðum skjálfta í töfrastraumnum, daufu hvísli af orku sem slapp undan taki helixsins.

Glimmer, sem sat óstöðugur á stafla af fornum bókum, möglaði minna en venjulega, litla líkami hans einbeitti sér að flóknum táknum sem snéruðust umhverfis helixinn. Beitt augu hans, sem oftast flugu frá einu til annars, voru föst á kristallabyggingunni, eins og hann væri einhvern veginn að sækja styrk úr flóknum mynstrum hennar. Hann kvitraði öðru hvoru – röð af háum nótum sem virtust næstum tónlistarlegar, kannski þýðing á hvísli helixsins á hans eigið tungumál.

Pip, hin alltaf áreiðanlega pípetta, stóð sem varðmaður, glerhluti hennar endurspeglaði hvirfilandi smaragðgráa ljós helixsins. Það var merkilega kyrrt, venjuleg kaldhæðnisleg athugasemd þess var skipt út fyrir lágt orkusuð, lúmskur titringur sem endurómaði takt helixsins. Jafnvel Pip virtist skynja alvarleika augnabliksins, djúpstæðar afleiðingar verkefnis þeirra.

Að afkóða var vandlega. Helixinn var ekki bara efnislegur hlutur; hann var orkutenging, leiðsla fornra galdra ofin inn í kjarna hans. Leturtáknin voru ekki bara handahófskennd tákn; þau voru lyklar, flóknir lásar sem vörðuðu leyndarmálin sem geymd voru innan hans. Vísindalegur hugur Elaru hljóp á hlaupum og reyndi að finna mynstur, uppbyggingu, rökrétta röð innan ringulreiðarinnar af hvirfilbyljandi leturtáknum og púlsandi orku.

Hún byrjaði á því að skrásetja leturtáknin vandlega, teiknaði þau í minnisbók sinni með nákvæmum smáatriðum og reyndi að bera kennsl á endurteknar mynstur eða raðir. Hún bar þau saman við fornu textana sem Glimmer hafði þýtt, leitaði að samsvörunum, að vísbendingum sem gætu opnað leyndarmál helixsins. Caius, með auknum skilningarvitum sínum, greindi lúmskar orkueinkenni sem komu frá ákveðnum táknum og benti á svæði með sérstaklega mikla töfraþéttni. Glimmer, á meðan, þýddi táknin með einstakri töfrakenndri innsæi sínu og bætti við lögum af merkingu og samhengi sem vísindaleg greining gat ekki gert.

Dagar þokuðust upp í nætur þar sem teymið vann óþreytandi, knúið áfram af blöndu af adrenalíni, koffíni og sameiginlegri tilgangsskynjun. Elara bar táknin saman við þekktar stærðfræðilegar raðir, leitaði að brotamynstrum, gullnum hlutföllum, öllum vísbendingum um stærðfræðilega uppbyggingu sem gætu afhjúpað undirliggjandi kóða. Hún notaði háþróaða reiknirit, færði gögn inn í öfluga tölvu sína í von um að afhjúpa leyndarmálin sem leystust innan tilviljunarkenndra mynstra helixsins.

Innsýn Caiusar reyndist ómetanleg. Hæfni hans til að skynja lúmskar orkubreytingar gerði honum kleift að greina mynstur sem mannsaugan sá og afhjúpuðu falin lög innan uppbyggingar helixsins. Hann þefaði af ákveðnu tákni og gaf frá sér lágt væl, sem leiddi Elöru til að túlka merkingu þess á þann hátt sem hún hefði aldrei íhugað.

Glimmer, með ótrúlegri hæfni sinni til að skilja kjarna fornra galdra, bauð upp á túlkanir sem féllu fullkomlega saman við vísindalega aðferðafræði Elöru. Hann útskýrði hvernig táknin táknuðu ekki aðeins hugtök heldur einnig orku, krafta sem höfðu samskipti sín á milli á flókinn og oft ófyrirsjáanlegan hátt. Hann leyndi merkingu ákveðinna samsetninga tákna og hjálpaði Elöru og hinum að skilja frásagnirnar sem þær kóðuðu. Dulræn innsýn hans veitti mikilvægt mótvægi við kerfisbundna vísindalega nálgun Elöru.

Pip reyndist óvænt vera ómissandi verkfæri. Nákvæmni þess gerði kleift að safna orkusýnum vandlega frá ýmsum stöðum á helixinum og veitti Elöru gögn um orkuflæði og töfraþéttni. Lítill glerhluti þess titraði lúmskt og ómaði með orkupúlsum helixsins og veitti enn eitt lag af gögnum fyrir greiningu Elöru.

Þegar þau köfuðu dýpra í leyndarmál helixsins afhjúpuðu þau frásagnarlög, brot af sögum sem spanna árþúsundir. Þau lærðu um siðmenningar sem höfðu beislað kraft helixsins, um heimsveldi sem höfðu risið og fallið, um stríð sem háð voru um stjórn hans. Þau uppgötvuðu vísbendingar um háþróaða tækni sem fór langt fram úr öllu sem nútímavísindi þekkja, aðferðir til að stjórna orku, efni og jafnvel tímanum sjálfum. Hvísl helixsins voru ekki bara sögur; þau voru teikningar, flóknar leiðbeiningar um að byggja upp veruleika.

Afkóðunin var hægfara og erfiða aðferð, full af bakslögum og gremju. Þau mættu töfrandi vörnum sem stóðust tilraunir þeirra til að komast inn, ósýnilegar hindranir sem beindust að rannsóknum þeirra. Þau stóðu frammi fyrir dulrænum þrautum og gátum sem skoruðu á greind þeirra og hugrekki. En með hverri hindrun sem þau yfirstígðu fengu þau dýpri skilning á helixinum, flækjustigi hans og gífurlegan kraft.

Þeir uppgötvuðu að spíralinn var ekki bara geymsla þekkingar; hann var lifandi vera, sem pulsaði af lífskrafti sem teygði sig aftur til forna tímans. Hann brást við viðleitni þeirra, orkusvið hans sveifluðust, tákn hans breyttust og færðust til í kjölfar rannsókna þeirra. Hann prófaði þá, ögraði þeim og ýtti þeim út á mörkin.

Því nær sem þau komust því að opna alla möguleika sína, því öflugri varð spíralinn, orka hans magnaðist, hvísl hans varð að öskur. Þau voru ekki bara að ráða í dulmál; þau voru að vekja upp eitthvað fornt, eitthvað öflugt, eitthvað sem hafði möguleika á að endurmóta heim þeirra – og hugsanlega eyðileggja hann. Þyngd ábyrgðarinnar þjappaði þeim, vitneskjan um að þau héldu ekki aðeins þekkingu í höndum sér, heldur örlög heims síns. Barátta þeirra við að ráða í leyndarmál spíralsins var nú barátta fyrir lífi. Hvíslið var orðið að kór, sinfóníu forns máttar sem annað hvort myndi leiða þá til hjálpræðis eða gleypa þá alla. Hið sanna próf var ekki bara að skilja spíralinn, heldur að stjórna honum. Og það var áskorun sem enn átti eftir að takast á við.

Kafli 2: Verur goðsagna og vísinda.

Loftið sprakk, smaragðsgrænn ljómi spíralsins magnaðist upp í næstum óbærilegan ljóma. Skyndilega truflaði öldur slétt yfirborð kristallabyggingarinnar, afbökun sem óx hratt í hvirfilbyl ljóss og skugga. Lágt öskur, sem ómaði djúpt inni í rannsóknarstofunni sjálfri, kom á undan birtingu vera sem var bæði tignarleg og ógnvekjandi: griffin.

Fjaðrir hennar glitruðu í gljáandi litum, breyttust úr gulli í rúbin og safír eftir því sem hún hreyfði sig. Fjaðrir, áferð eins og spunnið tunglsljós, streymdu frá öflugum vængjum sem spannuðu alla lengd rannsóknarstofunnar. Arnarlíkt höfuð þess, krýnt með stórkostlegu skjaldarmerki, virti fyrir sér herbergið með stingandi gulbrúnum augum og virti hópinn fyrirlitningu fyrir höfðinglegri fyrirlitningu. Líkami ljónsins, vöðvastæltur og öflugur, kraup lágt niður til jarðar, loppurnar tilbúnar til að stökkva. Útgeislun af hráum krafti streymdi frá verunni, áþreifanlegur kraftur sem þrýsti á sjálfan vefnað herbergisins.

Þögn lagðist á, aðeins rofin af mjúkum suði Pip og taugaveikluðum kvitrum Glimmer. Jafnvel Caius, venjulega svo háværr í úlfsmynd sinni, sat kyrr, úlfsvit hans yfirbuguð af öflugri nærveru griffinsins. Elara fann hins vegar undarlega ró mitt í storminum af hrári töfraorku. Þótt grífinn væri ógnvekjandi fannst honum hann ekki vera í eðli sínu illgjarn. Það var þreyta í augnaráði hans, forn sorg grafin í gulum augum hans.

Augnaráð grífunnar dvaldi við spíralinn en færðist síðan hægt að Elöru. Hann gaf frá sér hljóð sem var ekki alveg öskur né kvaðr, heldur eitthvað þar á milli – hljómur sem virtist titra djúpt í sál Elöru. Hann ómaði á sömu tíðni og spíralinn, harmonískt mótvægi við púlsandi orku hans. Elara fann óútskýranlega tengingu við veruna, sameiginlegan tilgang, skyldleika sem fæddist úr gagnkvæmri samskiptum þeirra við spíralinn.

Glimmer, alltaf óhræddur þýðandi, kvittraði spenntur, flóð af háum nótum sem virtust eiga samskipti við griffininn. Griffininn svaraði með röð smella og flauta, flóknu tungumáli sem Glimmer virtist skilja með óhugnanlegum auðveldum hætti. Hann þýddi, röddin varla hvíslandi, „Það segir ... Það segir að það sé verndari, bundið við spíralinn frá sköpun sinni. Það þekkir leyndarmálin, en það mun ekki afhjúpa þau auðveldlega."

Caius, sem fann fyrir krafti griffinsins, kveinaði lágt, feldurinn hans stinndi. Hann virtist hika við að nálgast, en náttúruleg forvitni hans sigraði varfærnina. Hann nálgaðist griffininn varlega og þefaði loftið með varkárri lotningu. Griffininn stóð kyrr, gulbrún augu hans yfirgáfu Elara aldrei.

Elara skildi þögn griffinsins. Þetta var ekki einföld vera; það var vitsmunavera, öflugur verndari fornrar þekkingar. Það myndi ekki láta afl eða ógnir hafa áhrif á það. Þörf var á annarri nálgun, einni sem höfðaði til visku hennar og meðfæddrar tengingar við spíralinn. Elara, sem byggði á bakgrunni sínum í bæði vísindum og goðafræði, byrjaði að tala, röddin skýr og róleg.

„Við viljum þér ekkert illt," sagði hún, röddin ómaði í hljóðlátu rannsóknarstofunni. „Við leitumst aðeins við að skilja leyndarmál spíralsins, að opna þekkingu hans til að bæta heiminn okkar. Við erum ekki sigurvegarar; við erum fræðimenn. Við viðurkennum verndarhlutverk þitt, helga skyldu þína til að vernda spíralinn. Við biðjum einungis um aðstoð þína, visku þína."

Greifinn þagnaði, augnaráð hans óhagganlegt. Elara hélt áfram og útskýrði framfarir þeirra, uppgötvanir sínar, áskoranirnar sem þeir höfðu sigrast á. Hún talaði um fornar siðmenningar, týnda tækni, flókin mynstur í kóða spíralsins og fléttaði frásögn sem ómaði við meðfædda skilning gripsins á sögu spíralsins.

Smám saman virtist upphafleg varkárni gripsins minnka. Gulbrún augu hans milduðust, glampi af forvitni kom í stað upphaflegrar fyrirlitningar. Það færði til, lúmsk hreyfing sem benti til breytinga á stöðu þess. Það var eins og orð Elöru hefðu fundið hljóm, tengingu við forna ætterni grífunnar.

Skörp sjón griffinsins reyndist ómetanleg. Hann gat greint mynstur í táknunum sem jafnvel Elöru tókst ekki að greina í skarpri vísindalegri greiningu. Augnaráð hans féll á ákveðið tákn, síðan gaf það frá sér mjúkt kvaðr, flaut eða lágt nöldur, sem beindi athygli Elöru að þýðingu þess. Sjónarhorn hans, sem á rætur sínar að rekja til fornrar þekkingar, veitti mótvægi við vísindalega nálgun Elöru. Hann greindi lúmsk tengsl milli tákna, orku og frásagna sem voru ógreinileg fyrir mannlegt auga. Sjón griffinsins var ekki bara skörp, hún var töfrandi aukin, fær um að greina lúmskar breytingar á orkusviðum helixsins. Griffininn gat ekki aðeins séð táknin, heldur einnig orkumerkin sem þau sendu frá sér, tengslin milli þeirra og sögurnar sem þau hvísluðu.

Griffininn hafði einnig meðfæddan skilning á töfravarna helixsins. Hann skynjaði varnarleysi, veikleika í verndarskildum helixsins og leiðbeindi teyminu í viðleitni þeirra til að sigrast á þessum hindrunum.

Það hjálpaði þeim að rata um völundarhúslög kóða helixsins, bera kennsl á leiðir minnstu mótstöðu og lykla að leyndarmálum hans.

Með aðstoð griffínsins náði teymið skjótum framförum. Leyndarmál helixsins fóru að rakna hraðar. Áður óyfirstíganlegar hindranir molnuðu fyrir skarpri skynjun griffinsins og vísindalegri hugvitsemi Elöru. Dulspekilegar þrautir sem höfðu eitt sinn hrjáð þá gáfu svör með undraverðum auðveldum hætti. Frásagnirnar sem fléttuðust inn í kóða helixsins urðu skýrari, líflegri og djúpstæðari.

Griffíninn var þó tregur bandamaður. Hann bauð fram aðstoð sína en skuldbatt sig aldrei að fullu. Hann hélt sig fjarlægan, fjarlægan og hélt fjarlægð sem endurspeglaði forna visku hans og skilning á þeim gríðarlega krafti sem hann gætti. Hann virtist vera að prófa Elöru, meta verðugleika hennar og getu hennar til að takast á við þunga leyndarmála helixsins.

Elara, aftur á móti, þróaði með sér vaxandi virðingu fyrir griffinnum. Hann var ekki bara verkfæri; hann var samferðamaður fræðimanns, samvörður þekkingar. Hann bjó yfir djúpri visku sem fór út fyrir mörk vísinda og galdra, sjónarhorni sem auðgaði skilning Elaru á helixinum. Augnaráð griffinsins, sem áður var ógnvekjandi, bar nú vott af skilningi, vott af samþykki. Samstarfið, þótt óhefðbundið væri, reyndist ótrúlega árangursríkt. Samstarf ungs vísindamanns og forns verndara var að afhjúpa leyndarmál sem höfðu verið falin í árþúsundir, leyndarmál sem höfðu máttinn til að móta heiminn. Hvíslið frá helixinum magnaðist, orkan púlsaði af endurnýjuðum krafti. Ferðalagið var langt frá því að vera búið, en með aðstoð griffinsins fann Elara fyrir endurnýjaðri von. Verkefnið framundan var enn gríðarlegt, en með hverju dulráða tákni, hverju opnuðu leyndarmáli, færðust þau nær því að skilja alla möguleika helixins. Hvísl fortíðarinnar var nú orðin sinfónía möguleika og framtíðin, sem áður var óviss, bar nú með sér bæði gífurlegt vald og mikla ábyrgð. Hið sanna próf fólst ekki aðeins í að skilja helixinn, heldur í að nota kraft hans skynsamlega, áskorun sem Elara og ólíklegir bandamenn hennar voru nú fullkomlega undir það búnir að takast á við.

Greifinn, með gulbrún augu enn föst á Elöru, sendi frá sér röð lágra flautna, hljóð sem titraði í loftinu eins og áþreifanlegur kraftur. Glimmer, með litla mynd sína skjálfandi örlítið undan þunga krafta verunnar, þýddi: „Það segir ... Það talar um annan ... Leiðsögumann. Veru með gífurlegt, þótt hverfult, vald. Það kallar það ... 'Genaanda.'"

Elara skiptist á rugluðu augnaráði við Caius, sem kveinaði lágt, með úlfaeyrun spýtt. Genaanda? Hugtakið kallaði fram myndir af óþekkum, duttlungafullum verum úr þjóðsögum, varla ímynd áreiðanlegrar leiðsögumanns í núverandi vandræðum þeirra. Samt sem áður skildi kröfugerð gripsins ekkert eftir fyrir efa.

Skyndilega glitraði loftið, rýmið við hliðina á spíralnum öldraði eins og hiti sem stígur upp úr malbiki á sumardegi. Lítil vera birtist, ekki stærri en þumalfingur Elöru, líkami hennar eins og hvirfilbylur af smaragðsgrænu og gullnu ljósi. Vængirnir, gljáandi og fínlegir, slógu hratt og skildu eftir sig slóðir af glitrandi rykögnum. Þetta var genaandinn og hann var alls ekki hrifinn.

„Heiðarlega," kveinkaði andinn, röddin ótrúlega djúp miðað við stærð sína, „Verðurðu að gera svona hávaða? Ég var að reyna að blunda." Hann krosslagði litlu handleggina sína, svipbrigði hans mynd af pirruðum óánægju. „Og þessi bölvaði griffín! Gat hann ekki beðið þangað til eftir siestuna mína?"

Glimmer, þrátt fyrir venjulega gleði sína, virtist hræddur við óvænta útbrot andans. Hann kvakaði taugaveiklaður, eins og hann reyndi að slétta úr hlutunum, en andinn veifaði aðeins lítilli hendi afskiptalaust.

„Sparaðu mér við vinsemdina," möglaði draugurinn. „Ég hef verið vakinn af dvala mínum og ég býst við bætur fyrir óþægindin." Hann þagnaði og bankaði litlum, glitrandi fingri á hökuna. „Ó, já, og upplýsingar. Ég á frekar ítarlega skrá yfir... frekar truflandi... athafnir þínar."

Þrátt fyrir upphaflega undrun sína á framkomu draugsins fann Elara sig undarlega heillaða. Þetta var engin venjuleg goðsagnavera; hún hafði yfirbragð yfirvalds sem duldi smæð hennar. „Við skiljum," sagði Elara, röddin róleg og yfirveguð, „og við erum tilbúin að vinna saman. Við þurfum hjálp þína við að skilja helixinn."

Draugurinn hugleiddi þetta, litla andlitið virtist snúast í hugsilegt brýr. „Helixinn," hugsaði hann, röddin tók á sig alvarlegri blæ. „Ah, já, heillandi... tímalaus verkfræði, mætti segja. Falleg samruni fornra galdra og... hvað var þetta orð aftur? Ó, já, vísindi." Sprítinn notaði orðið „vísindi" með ákveðinni fyrirlitningu, eins og það væri hugtak sem aðeins finnst í rykugum krókum sagnfræðibóka.

„Það var skapað fyrir árþúsundum síðan," hélt spítinn áfram, „á krossgötum goðsagna og veruleika, samruni orku sem áður var talið ósamrýmanleg. Goðsögnin talar um týnda siðmenningu, Lumin, sem bjó yfir tækni langt umfram skilning okkar. Þau reyndu að beisla sjálfan vef veruleikans, að stjórna sjálfum genum tilverunnar."

Sprítinn lýsti siðmenningu sem var fær um að stjórna byggingareiningum lífsins sjálfs, beisla orku sem ögrar nútíma vísindalegum skilningi. Það talaði um samofna DNA-þræði, endurskrifaða og endurmótaða til að skapa verur með ótrúlegan kraft, verur sem gengu á línunni milli hins jarðneska og hins guðdómlega. Lumin, útskýrði spítinn, hafði beislað kraft helix ekki aðeins sem verkfæri, heldur sem leiðslu til grundvallaraflanna sem stjórnuðu tilverunni.

„En þeir vanmátu kraftinn sem þeir höfðu," sagði spítinn, rödd hans litað af dapurleika. „Dýrkaþróttur þeirra leiddi til falls þeirra og spíralinn, vitnisburður um metnað þeirra, glataðist. Falinn, varðveittur, beið eftir að vera uppgötvaður af þeim sem verðugir eru – eða óverðugir, eftir því sem við á." Andinn kastaði beittum svip á Elöru og skildi spurninguna um verðugleika þeirra eftir í óvissu.

Frásögn spítans bauð upp á heillandi blöndu af vísindalegum möguleikum og goðsagnakenndum fræðum. Hún útskýrði hvernig Lumin hafði sameinað erfðatækni við háþróaðar orkumeðferðir og fléttað þær saman í eitt, öflugt kerfi. Þessi samruni, eins og spítan gaf í skyn, var ábyrgur fyrir óvenjulegum eiginleikum helixsins, getu hans til að tengjast bæði fornum galdri og nútímavísindum. Skilningur Lumins á erfðafræði, útskýrði spítan, fór langt fram úr öllu sem mannkynið hafði nokkurn tíma náð, skilningur sem gerði þeim kleift að stjórna ekki aðeins einstökum genum, heldur sjálfri uppbyggingu DNA-sins sjálfs.

Dulspekilegar vísbendingar spítans gáfu í skyn möguleikann á að stjórna líffræðilegum kerfum með ótrúlegri nákvæmni. Það talaði um að breyta grundvallarkóða lífsins, að skapa nýjar lífverur með sérsniðnum eiginleikum og jafnvel hugsanlega að endurskrifa erfðamengi mannsins sjálfs. Spítan varaði við þeirri miklu ábyrgð sem slíkur kraftur bar með sér og lagði áherslu á möguleikann á bæði miklum góðum og hörmulegum afleiðingum. Það leiddi í ljós að tækni Lumins fór lengra en einfalda erfðabreytingu; þeir reyndu að stjórna sjálfum orkuflæðinu í gegnum lífið sjálft, hugsanlega að ná ódauðleika eða öðrum yfirnáttúrulegum hæfileikum. Spíritan útskýrði að helixinn væri lykilsteinn þessarar tækni, miðlægur hnútur í flóknu vef þeirra af töfrum og vísindalegum framförum. Spíritan væri ekki bara vél; hún væri lifandi lífvera, flókið vistkerfi samofinna orku og upplýsinga.

Útskýring spíritans varpa einnig ljósi á hlutverk grífunnar. Hún væri ekki bara verndari; hún væri lifandi þáttur í varnarkerfi spírunnar, óaðskiljanlegur hluti af flóknum öryggisráðstöfunum Lumin. Grífurinn, gegnsýrður hluta af krafti Lumin, þjónaði bæði sem verndari og lykill að leyndarmálum spírunnar. Skynjun hennar jókst með þessari tengingu, sem gerði henni kleift að skynja lúmskar breytingar á orkumynstrum sem voru ósýnilegar fyrir mannlega skynfærin.

Leiðbeiningar spíritans voru hins vegar langt frá því að vera beinlínis. Yfirlýsingar hennar voru oft dularfullar, bornar fram í gátum og hálfsannindum. Hún bauð upp á mikilvægar upplýsingar en breytti síðan skyndilega um umræðuefnið, sem skildi Elara og teymi hennar eftir í erfiðleikum með að setja saman sundurlausu frásögnina. Yfirlýsingar spítans voru frekar eins og púsluspil, sem kröfðust vandlegrar íhugunar og skapandi túlkunar. Pirrandi framsetning spítans jók aðeins ákveðni Elöru. Hún vissi að þekking spítans væri nauðsynleg og hún var staðráðin í að afhjúpa leyndardóma hennar.

Sprítinn, sem virtist skynja óhagganlega ákveðni Elöru, hélt áfram útskýringum sínum, þótt á sinn einkennandi óbeina hátt. Hann talaði um orkumerki ofin inn í uppbyggingu helixsins, lúmska óm sem tengdu hann við ákveðna staði um allan heim, staði með mikla goðsagnakennda þýðingu. Þessi orkumynstur, útskýrði spítinn, voru ekki bara tilviljunarkennd; þau voru dulkóðuð skilaboð, bergmál af týndri þekkingu Lumins.

„Spírinn," sagði spítinn, „er ekki bara vél; hann er bókasafn, geymsla þekkingar sem týndist í tímanum. En hann er bókasafn varið af gátum, varið af lögum af flóknum töfrum. Aðeins með því að skilja tungumál þess, með því að ráða í leyndarmál þess, geturðu opnað möguleika þess."

Orð spítsins höfðu djúp áhrif á Elöru og staðfestu vaxandi innsæi hennar um að helixinn væri meira en tæknilegt undur; hann væri lykill að því að skilja samtengingu goðsagna og vísinda, brú milli fornrar goðsagna og nútímaþekkingar. Áhrifin voru ótrúleg. Ef þeim tækist að ráða í leyndarmál helixsins gætu þeir hugsanlega opnað fyrir gríðarlega þekkingu sem myndi gjörbylta skilningi manna á alheiminum.

Sprítan, sem loksins virtist nokkuð ánægð með framlag sitt, bætti við með lokakafla, pirruðum hlátri: „Og nú, ef þið afsakið mig, þá þarf ég að ná mér í lúrinn. Ekki gera neitt rugl." Með því hvarf hún jafn hratt og hún hafði birst og skildi eftir sig aðeins glitrandi rykkorn og eftirlifandi lotningu og kvíða. Loftið virtist iða af leifum af nærveru spítans, áminningu um þann ótrúlega kraft sem þau voru nú að reyna að skilja. Verkefnið framundan var yfirþyrmandi, en Elara, styrkt af dularfullum yfirlýsingum spítans og vökulu augnaráði grífunnar, fann fyrir nýfundinni ákveðni. Leyndarmál helixsins voru smám saman að birtast og afhjúpuðu frásögn sem spannaði árþúsundir, sögu ofin úr þráðum goðsagna og vísinda, sögu sem ætlaði að endurmóta skilning þeirra á heiminum.

Pip, talandi pípetta ekki stærri en litli fingur Elöru, hafði verið merkilega þögul allan tímann sem spítan hafði gefið yfirlýsingar. Nú, sitjandi óstöðugur á öxl Caiusar, hreinsaði hann hálsinn, hljóð eins og litlir steinar sem skriðu saman. „Alveg satt," kveinkaði hann, röddin hávær væl sem einhvern veginn tókst að bera yfir óma þögnina, „leikritið! Maður skyldi halda að heimsendir væri yfir okkur."

Elara, enn í uppnámi eftir opinberanir draugsins, gat ekki annað en hlegið. Sætislegar athugasemdir Pips voru kærkomin truflun frá alvarleika aðstæðnanna. „Pip, þú ert undur," sagði hún og hristi höfuðið í skemmtun. „Tímasetning þín er óaðfinnanleg."

„Kæra Elara mín," svaraði Pip og lagaði litlu gleraugun sín með örsmáum kló, „það kallast dramatísk kaldhæðni. Ég hef séð miklu spennandi hluti gerast í einum dropa af tjörnvatni. Treystu mér, ég hef orðið vitni að hlutum sem myndu láta þennan pompösa anda yfirliðast."

„En hvað heldurðu um allt þetta, Pip?" spurði Caius, röddin enn lituð af kvíða. „Lumininn, helixinn ... Þetta er allt svo yfirþyrmandi."

Pip bankaði litlum fingri á glerlíkama sinn, hljóðið eins og smækkað trommusóló. „Yfirþyrmandi, já," viðurkenndi hann, „en ekki óskiljanlegt. Við skulum skoða þetta betur, eigum við? Í fyrsta lagi, Lumininn. Þeir voru ekki bara einhver goðsagnakennd kynþáttur með töfrasprota. Þeir voru, þori ég að segja það, vísindamenn. Hugsaðu um þá sem háþróaða líftæknifræðinga með tilhneigingu til leikræns máls."

„Líftæknifræðingar?" spurði Elara forvitin.

„Einmitt," lýsti Pip yfir og blés út bringunni (sem, að vísu, skipti ekki miklu máli). „Sprítinn minntist á að hafa áhrif á DNA. Lumin voru ekki bara að splæsa gen; þeir voru að endurskrifa sjálfan kóða lífsins. Ímyndið ykkur nákvæmnina, stjórnina! Þeir bjuggu líklega yfir tækni sem var langt umfram núverandi getu okkar, aðferðum sem myndu láta CRISPR líta út eins og barnaleik."

Hann hélt áfram: „Þeir skildu líklega erfðafræðilegt landslag miklu betur en við. Ímyndið ykkur að stjórna genatjáningu ekki bara með því að breyta DNA-röðinni, heldur með því að breyta efnafræðilegum merkjum sem tengjast henni – heilli hljómsveit sameindarofa sem stjórna frumustarfsemi, allt undir þeirra stjórn. Þannig náðu þeir stjórn til að skapa verur sem þokuðu línunni milli goðsagnar og veruleika."

„En sprítinn sagði að þeir vanmetu kraftinn sem þeir höfðu," benti Caius á. „Hvað þýðir það?"

Pip bankaði hugsi á fingrinn. „Hroki, kæri drengur minn, höfuðsynd vísindamanna og goðsagnasmiða. Þeir tóku líklega ekki tillit til ófyrirséðra afleiðinga. Hugsaðu um ófyrirséðar aukaverkanir, erfðabreytingar, ófyrirséða vistfræðilega röskun – það sem heldur nútíma lífsiðfræðingum vakandi á nóttunni. Þeir hefðu getað skapað eitthvað sem var of öflugt, of óútreiknanlegt, jafnvel fyrir tækni þeirra til að ráða við. Þeir ýttu mörkum náttúrunnar út á strik og borguðu hæsta verðið."

„Svo, hvað með sjálfa helixinn?" spurði Elara og einbeitti sér aftur að meginráðgátunni.

„Ah, já, helixinn," sagði Pip og röddin tók á sig alvarlegri blæ. „Hugsið ykkur ekki bara sem vél, heldur sem lifandi, öndandi gagnageymslutæki. Mjög háþróaða, líftæknilega hönnuð skammtatölvu, ef svo má að orði komast. Hún er líklega miklu flóknari en nokkuð sem við getum ímyndað okkur núna, geymir og vinnur úr upplýsingum á þann hátt sem við höfum ekki einu sinni byrjað að ímynda okkur. Hún notar einhvers konar enn óþekkta orku til að starfa, kannski með því að beisla núllpunktsorku eða stjórna skammtaflækju – eitthvað sem spritinn gaf í skyn, á sinn brjálæðislega dularfulla hátt."

„Skammtaflækja?" endurómaði Elara með stór augu.

„Einmitt! Ímyndið ykkur tvær agnir tengdar á þann hátt að vitneskja um ástand annarrar afhjúpar samstundis ástand hinnar, óháð fjarlægðinni sem skilur þær að. Þetta er hin fullkomna form samstundis samskipta. Helixinn gæti notað svipaða meginreglu, fléttað saman mismunandi upplýsingaþræði yfir miklar vegalengdir, jafnvel yfir tíma. Þetta gæti skýrt hvers vegna helixinn tengist stöðum með goðsagnakennda þýðingu, þeim stöðum sem spritinn benti til."

Pip lagaði gleraugun sín aftur, litla andlitið á honum varð afar alvarlegt. „Og griffinn? Þetta er ekki bara varðhundur. Þetta er líftæknilegur varðmaður, lifandi hluti af öryggiskerfi spíralsins. Hann býr líklega yfir ótrúlega bættum skynjunarbúnaði, sem getur greint truflanir í skammtafræðisviðinu eða jafnvel lúmskar breytingar á sjálfum vef tímarúmsins. Hann virkar sem lifandi tengiliður milli spíralsins og umhverfis síns og varar við óheimilum aðgangi."

„Þetta er allt svo... flókið," hvíslaði Caius og dáðist að flækjustigi útskýringar Pips.

„Flókið, já," samþykkti Pip. „En ekki ómögulegt að skilja. Lykilatriðið er að nálgast þetta kerfisbundið. Við þurfum að greina orkueinkenni spíralsins, rannsaka efnisbyggingu hans á undiratómstigi og ráða í tungumál dulkóðaðra upplýsinga hans. Þetta er áskorun, að vísu, en ekki óyfirstíganleg. Og, hreinskilnislega," bætti hann við með kaldhæðnislegu brosi, „mun áhugaverðari áskorun en önnur leiðinleg títrun."

Pip hélt áfram: „Kóði helix-kerfisins notar líklega blöndu af líffræðilegum og skammtafræðilegum upplýsingavinnslutækni, hugsanlega með því að nota DNA-raðir sem geymsluform líffræðilegra gagna og skammtafræðileg fyrirbæri fyrir flóknar útreikninga og samskipti. Ímyndaðu þér að DNA geymi ekki aðeins erfðafræðilegar leiðbeiningar, heldur virki einnig sem undirlag fyrir útreikninga, hugsanlega með því að nota skammtafræðilega ofursetningu til að vinna úr mörgum útreikningum samtímis. Það er krafturinn í skilningi Lumin á náttúrunni."

„En hvernig byrjum við jafnvel að skilja hana?" spurði Elara og strauk hendinni yfir hárið.

„Byrjið á grunnatriðunum," lýsti Pip yfir. „Skoðið efnislega uppbyggingu helix-þráðarinnar. Leitið að mynstrum í orkulosun hennar. Greinið DNA-þræðina sem mynda uppbyggingu hennar. Þetta er ráðgáta, já, en með nægilega nákvæmri athugun og snjöllum tilraunum getum við byrjað að afhjúpa leyndardóma týndrar tækni Lumin."

Pip, sem fann fyrir vaxandi sjálfstrausti þeirra, hélt áfram greiningu sinni. „Sprítinn minntist á 'tímabundna verkfræði'. Það bendir til þess að helix-þráðurinn feli í sér tækni sem virðist úrelt, eða jafnvel ómöguleg, miðað við núverandi skilning okkar. Þetta gæti falið í sér að stjórna sjálfum efni tímarúmsins, nota víddir umfram núverandi skynjun okkar. Lumin gæti hafa beislað orku sem við getum aðeins sett fram kenningar um núna, kannski dregið úr kröftum sem stangast á við hefðbundinn skilning okkar á eðlisfræði."

Hann hallaði sér að í samsæriskenningum. „Hugsaðu um það, Elara: að beisla skammtaflækju fyrir millivíddar samskipti. Að nota framandi efnis- eða orkuform sem byggingareiningar fyrir háþróuð kerfi. Það er mögulegt að tækni Lumin fari fram úr klassískum skilningi okkar, jafnvel blandi saman meginreglum skammtafræðinnar við hið virðist ómögulega svið töfraorku. Mundu að línan milli goðsagna og vísinda er oft óljós."

„Og hugsanlegar afleiðingar?" spurði Caius taugaóstyrkur. „Ef við losum um þennan kraft, hvað gerist þá?"

Pip bankaði hugsi á litla glerlíkama sinn. „Möguleikarnir eru gríðarlegir. Hæfni til að endurskrifa sjálfa teikningu lífsins, til að stjórna orku á mælikvarða sem áður var óhugsandi... En með miklum krafti fylgir, eins og sagt er, mikil ábyrgð. Fall Lumin ætti að þjóna sem viðvörunarsaga. Við verðum að fara varlega, með virðingu fyrir þeim djúpstæða krafti sem við gætum losað um."

Innsýn Pips skapaði mikilvæga brú milli dularfullra yfirlýsinga draugsins og vísindalegrar skilnings Elöru. Hann sagði að spíralinn væri vitnisburður um samleitni goðsagna og vísinda, samruni fornrar visku og nýjustu tækni, sem innihélt í flókinni uppbyggingu sinni möguleika á að móta heiminn – til hins betra eða illra. Ferðalagið framundan yrði krefjandi, en Elara, Caius og Glimmer, með ómetanlegri aðstoð innsæisríks pípettufélaga síns, fundu fyrir mikilli ákveðni. Leyndardómar spíralsins buðu upp á bæði ótrúlegar uppgötvanir og hugsanlega hörmulegar afleiðingar. Leikurinn, virtist vera í vændum.

Suðið magnaðist, lágur dynkur sem titraði í gegnum bein fornrar rannsóknarstofu. Dr. Valerius, andlit hans upplýst af óhugnanlegum grænum ljóma sem skein frá helixinum, stillti röð af skífum með trylltu brosi. Svitinn perlaði á enni hans, en það var ekki af áreynslu; það var sviti af ofsafenginni metnaði. Hann hafði eytt vikum, jafnvel mánuðum, í að rannsaka helixinn vandlega, ráða dulmál hans, skilja flókna virkni hans. Og nú fannst honum hann vera á barmi einhvers sannarlega stórkostlegs.

Fyrri tilraunir hans höfðu verið hikandi, varkárar rannsóknir á krafti helixsins. Hann hafði dregið að sér lítið magn af orku, prófað vandlega mörk hans, rannsakað viðbrögð hans. En nú, knúinn áfram af kærulausu sjálfstrausti sem jaðraði við hroka, var hann að ýta mörkunum, krefjast meira, miklu meira, en hann hafði nokkurn tímann þorað áður. Öryggisreglurnar, verndarráðstafanirnar sem hann hafði svo vandlega sett upp, voru nú aðeins tillögur, hunsaðar með afskiptalausri handahreyfingu hans.

Loftið sprakk af eftirvæntingu, hlaðið hráum krafti. Valerius fann það streyma um sig, spennandi, rafmagnaða orku sem fyllti hann tilfinningu fyrir guðdómlegum krafti. Hann var ekki lengur bara áhorfandi; hann var stjórnandi, meistari sem beitti náttúruöflunum sjálfum. Augu hans, venjulega skörp og greindar, höfðu nú óþægilegan glampa, villt ljós sem endurspeglaði ótemda kraftinn sem hann hélt í greipum sér.

Helixinn svaraði skipunum hans, flókin uppbygging hans púlsaði í takt við meðferð hans. Orkustraumar, líflegir og kraftmiklir, streymdu frá kjarna hans, bognuðu og snéruðust eins og lifandi ljósormar. Valerius fann fyrir bylgju af gleði, æðislegum krafti sem skyggði á allar rökréttar hugsanir. Hann var að ná sínu eigin lífi, fara fram úr afrekum Lumin sjálfra. Möguleikarnir á notkun voru óendanlegir - endalaus framboð af hreinni orku, yfirráð yfir lífinu sjálfu og svarið við djúpustu spurningum mannkynsins.

En í leit sinni að þekkingu og valdi hafði Valerius orðið sífellt einangraður. Samstarfsmenn hans höfðu fyrir löngu lýst áhyggjum sínum, viðvaranir þeirra voru vísað til hliðar sem rugl þeirra sem skorti framtíðarsýn hans. Siðanefndirnar, eftirlitsstofnanir, voru hindranir sem þurfti að komast hjá, reglur þeirra hindrun fyrir framfarir hans. Hann vísaði áhyggjum þeirra á bug sem smávægilegum áhyggjum þeirra sem voru of feimnir til að skilja raunverulega möguleika verks hans. Í einangrun háþróaðrar rannsóknarstofu sinnar var hann orðinn vera af hreinni metnaði.

Öryggisleysi hans birtist í sífellt kærulausari tilraunum. Hann ýtti spíralnum út fyrir tilætluð mörk og neyddi hann til að starfa á stigum sem fóru langt fram úr getu hans. Afleiðingarnar voru ófyrirsjáanlegar og stundum skelfilegar. Undarleg frávik fóru að birtast í rannsóknarstofunni - glitrandi röskun í tímarúmi, órólegar hitabreytingar og óútskýranlegar orkubylgjur. Loftið sjálft virtist iðandi af næstum áþreifanlegri orku, áþreifanleg birtingarmynd vaxandi hroka Valerius.

Eitt slíkt atvik fól í sér mikla orkubylgju sem ofhleðdi lokunarkerfi rannsóknarstofunnar. Öflugur ljósgeisli gaus upp úr spíralnum, sprengdi gat á styrktan stálvegginn og sendi jafnvel Valerius ótta. Hann hafði naumlega sloppið við að lenda í sprengingunni, hryllileg áminning um hugsanlegar hættur sem hann var að leika sér með. En í stað þess að hægja á sér hvatti næstum óhappið hann aðeins áfram.

Hann virtist knúinn áfram af krafti sterkari en ótti, óþreytandi leit að þekkingu sem skyggði á dómgreind hans og hunsaði samvisku hans.

Aðgerðir hans urðu sífellt siðferðilega ámælisverðari. Til að auka kraft helixsins greip hann til siðferðilega vafasömra aðferða – notaði óheimil sýni, framkvæmdi tilraunir á ófúsum einstaklingum (þó ekki tilraunamúsum, sem hann leit á sem ekkert annað en lífrænar prófunareiningar) og hunsaði viðvaranir í tæmdum öryggisreglum sínum. Hann hafði réttlætt gjörðir sínar sem nauðsynlegar fórnir í leit að vísindalegum framförum, í þeirri trú að hið almenna réttlætti aðferðir hans. Hann sagði sjálfum sér að byltingar hans myndu leysa öll vandamál mannkynsins, og lokaniðurstaðan staðfesti siðferðilega vafasömu aðferðirnar.

Þessi vanvirðing fyrir siðferðilegum sjónarmiðum náði lengra en til rannsóknarstofunnar. Hann var farinn að semja við skuggalegar verur, skiptast á þekkingu og fá aðgang að helixinum til að fá auðlindir og vernd. Hann hafði upphaflega vísað á bug áhyggjum þeirra sem vöruðu hann við að vinna með þeim, og gert ráð fyrir að það væri nauðsynlegt til að tryggja rannsóknir hans gegn truflunum.

Vaxandi kraftur helixsins takmarkaðist ekki bara við rannsóknarstofuna. Undarlegir atburðir fóru að breiðast út á við og hafa áhrif á umhverfið í kring. Dýralífið á staðnum sýndi undarlegar stökkbreytingar, plöntulíf óx á ógnvekjandi hraða og sjálft vefur veruleikans virtist teygjast þunnt og skapaði óþægilega rifur í tímarúminu. Orkan sem spíralinn sendi frá sér var ekki lengur innan veggja rannsóknarstofunnar; hún seytlaði út í umhverfið og birtist á óþægilegan og ófyrirsjáanlegan hátt.

Vaxandi tilfinning um brýnni þörf var áþreifanleg. Fréttir af undarlegum atburðum í kringum rannsóknarstofuna bárust eyrum utanaðkomandi yfirvalda. Hvísl breyttist í sögusagnir, sögusagnir í alhliða rannsóknir. Yfirvöldum var gert viðvart um undarlegar orkubylgjur, stökkbreytingar í dýralífinu og jafnvel undarlegar svipmyndir af brengluðu tímarúmi – allt benti það til þess að eitthvað óvenjulegt og hugsanlega hörmulegt væri að gerast innan rannsóknarstofu Valeriusar.

Valerius var þó ómeðvitaður um vaxandi storminn. Gjörsamlega upptekinn af áráttu sinni hélt hann áfram að ýta spíralnum út á mörk sín, knúinn áfram af óseðjandi valdalöngun. Hann var blindur á hugsanlegar afleiðingar gjörða sinna, blindaður af snilld sjónar sinnar og ávanabindandi aðdráttarafli óendanlegs valds. Hann trúði því að hann væri á barmi byltingar sem myndi gjörbylta heiminum, byltingar sem réttlætti hvaða fórn sem er, hvaða áhættu sem er. Gáleysi hans, hroki, hafði komið honum á barm með hörmungum. Heimurinn virtist standa á barmi bjargbrúnar og Valerius, með kærulausri leit sinni að þekkingu, var að ýta henni yfir. Spurningin var ekki lengur hvort hörmungar myndu dynja yfir; heldur hvenær. Afleiðingar gjörða hans náðu langt út fyrir rannsóknarstofuna og sköpuðu ógn sem náði til heimsvísu. Tíminn til að grípa inn í nálgaðist hratt.

Loftið var þungt af lykt af ósoni og einhverju öðru ... Einhverju fornu, jarðbundnu og daufu málmkenndu. Elara, andardráttur hennar þokaði í köldu loftinu, greip fastar um bráðabirgðakyndil sinn. Geislinn ruddi óstöðuga leið gegnum völundarhúsgangana og afhjúpaði veggi með táknum sem virtust bæði kunnugleg og algerlega framandi. Þau voru undarleg blanda af flóknum rúmfræðilegum mynstrum sem minntu á háþróaða rafrásir og hvirfilbyljandi, snákakennd tákn sem endurómuðu fornar goðsagnir sem amma hennar hvíslaði að henni undir stjörnubjörtum himninum. Þessi neðanjarðar rannsóknarstofa var hryllileg vitnisburður um hroka Dr. Valerius - skrímslafull samruni nýjustu vísinda og gleymdra galdra.

Liam, fölur í andliti undir blikkandi ljósinu, skoðaði grófa kortið sem þeir höfðu bjargað úr rústinni á skrifstofu Valeriusar. „Samkvæmt þessu," muldraði hann og strauk fingri yfir útslitaða skinnið, „ættum við að nálgast miðrýmið. En þessi staður ... Hann er eins og lifandi völundarhús. Gangarnir breytast, leiðirnar breytast."

Vissulega var völundarhúsbygging rannsóknarstofunnar óróleg. Gangar snerust og beygðust óvænt, blindgötur birtust og hurfu með óhugnanlegri reglufestu og veggirnir sjálfir virtust anda, yfirborð þeirra öldruðust af fíngerðum hreyfingum. Tilfinningin um að vera fylgst með, stöðugur förunautur síðan þau komu inn í aðstöðuna, magnaðist hér, stingandi tilfinning aftan á hálsi Elaru.

Skyndilega ómaði lágt öskur um ganginn. Hárin á hnakka Elaru reisu upp. Framundan, í blikkandi vasaljósinu, sá hún það – veru beint úr gleymdum dýrabókum. Þetta var Gryphon, en ekki sú tignarlega vera úr goðsögnum. Þessi var snúin, fjaðrarnir slitnir og flæktir, augun brunnu af óeðlilegu rauðu ljósi. Örn-líkt höfuð þess var óhóflega stórt, goggurinn hvass og krókóttur, og ljónslíkaminn var magur og ör, öldóttur af óeðlilegum vöðvum. Aðeins nærvera þess geislaði af sér áþreifanlega illsku og spilltum krafti.

Liam, alltaf raunsæismaðurinn, lyfti breyttri armboga sínum. „Breytt genaspísing, ég veðja," hvíslaði hann, röddin þröng af spennu. „Valerius festist greinilega ekki við mýs."

Gryphon stökk fram, óskýrt af klóm og tönnum. Elara var hins vegar tilbúin. Áralöng þjálfun hjá ömmu sinni, þekktum goðafræðingi og bardagaíþróttasérfræðingi, höfðu undirbúið hana fyrir þetta. Hún forðaðist fyrstu árásina, hreyfingar hennar fljótandi og nákvæmar, vitnisburður um áralanga stranga þjálfun. Hún barðist með lipurð pardusdýrs, hreyfingar hennar hraðar og banvænar.

Bardaginn var óreiðukenndur dans ljóss og skugga, árekstur milli fornrar goðsagna og nútímavísinda. Bardagastíll Elara, blanda af hefðbundnum bardagaíþróttum og nútíma bardagatækni, reyndist ótrúlega áhrifaríkur gegn erfðabreyttu dýrinu. Liam, á meðan, beitti örvum sínum til að skýla, og skot hans fundu skotmörk sín með óhugnanlegri nákvæmni.

Gryphon öskraði af gremju, árás hans varð sífellt örvæntingarfyllri og æsilegri. Að lokum, með vel miðaðu höggi á beran kvið sinn, felldi Elara veruna. Hún hrundi með þungum dynk, rauð augu hennar dofnuðu, andardráttur hennar stöðvaðist.

Stutta hvíld þeirra var rofin af nýju hljóði - háværu, skarpu væli sem virtist skafa við sjálfa sálina. Nýr gangur, áður óséður, opnaðist fyrir framan þau og afhjúpaði herbergi baðað í eterískum bláum ljósi. Innan frá magnaðist vælið. Hikandi færðu þau sig áfram, með skynfærin á háu stigi.

Herbergið var kringlótt, veggirnir skreyttir veggmyndum sem sýndu sviðsmyndir úr ómögulegum vísindum og fantasískum goðafræði fléttaðar saman. Í miðju herbergisins sveif kúla af glitrandi blári orku, sem pulsaði blíðlega með sínu eigin lífi. Hvílandi kveinið barst frá þessu kúlu og það virtist magnast eftir því sem þau nálguðust.

Skyndilega birtist vera úr bláu kúlunni. Hún var mannleg í laginu, en með húð sem glitraði eins og fljótandi kvikasilfur og augu sem glóðu af sterku innra ljósi. Útlimir hennar voru langir og tignarlegir, næstum eins og snákar í sveigjanleika sínum, og hendur hennar enduðu í löngum, mjóum fingrum með því sem virtist vera gljáandi klær. Hún hreyfðist með óþægilegri náð, svif yfir gólfið frekar en að ganga.

Veran, greinilega meðvituð, fylgdist með þeim með forvitnu augnaráði, eterísk rödd hennar ómaði í huga þeirra. Boðberar, virtist hún segja, hugsanir hennar ekki bara heyrðar, heldur fundnar í huga þeirra. Þú brýtur þig inn á stað sem er utan skilnings þíns.

Elara, sem byggir á eigin þekkingu á goðafræði og meðfæddri hæfileika sínum til að eiga samskipti við ákveðnar verur, svaraði með hugsunum. Við reynum að stöðva Dr. Valerius. Tilraunir hans ógna því að valda ringulreið í heiminum.

Veran þagði um stund, glóandi augu hennar skönnuðu þau, metu fyrirætlanir þeirra. Síðan, Elöru til undrunar, kinkaði hún hægt kolli. Hann hefur raskað jafnvæginu. Línurnar milli goðsagna og vísinda hafa óskýrst og skapað óstöðugt jafnvægi. Rödd þess, þótt hún væri hugræn, ómaði af aldagamalli visku sem bar þunga alda. Ég get aðstoðað þig. En vitið þetta - ferðalag ykkar verður hættulegt. Hjarta völundarhússins býr yfir bæði miklum krafti og hræðilegum hættum.

Veran, sem kynnti sig hugrænt sem „Aethel", hélt áfram að leiða þau í gegnum röð sífellt krefjandi rauna. Þau sigldu um herbergi full af banvænum gildrum - sjálfvirkum leysigeislanetum sem þveruðu herbergin eins og banvæn köngulóarvef, gryfjum fullum af eitruðum verum og þrýstiplötum sem hrundu af stað eyðileggjandi orkuskotum. Þekking Aethel á flóknu hönnun völundarhússins var ómetanleg, leiðsögn hennar hjálpaði þeim að forðast margar af banvænu hættunum sem inni í þeim leyndu.

Þau mættu fleiri verum - hópi skuggaúlfa sem birtust úr myrkrinu sjálfu, augu þeirra glóandi af illgjörnum ásetningi, og grotesku kímöru, bútasaum af mismunandi dýrum, hver hluti ólgaði af óþægilegri hreyfingu. Hvert fundur reyndi á færni þeirra og ýtti hugrekki þeirra til hins ýtrasta. Rannsóknarstofan var vígvöllur þar sem mörkin milli veruleika og goðsagnar höfðu verið hættulega rofin.

Ferðalag þeirra gegnum völundarhúsið snerist ekki eingöngu um bardaga. Það voru stundir af kyrrlátri hugleiðingu þar sem þau staldraðu við til að ráða í fornar rúnir sem voru grafnar í veggina og leituðu að vísbendingum um áætlanir Valeriusar. Þau fundu dreifðar glósur, brot af jöfnum krotað á rykug skinn, sem gáfu vísbendingu um umfang metnaðar Valeriusar. Það var ljóst að hann hafði reynt að beisla kraft helixsins ekki bara til orku, heldur til að endurskrifa sjálfan veruleikann, til að sameina goðsögn og vísindi í ógnvekjandi nýja skipan.

Því lengra sem þeir fóru, því órólegra varð umhverfið. Loftið kólnaði, skuggarnir dýpri og óttinn sem hafði verið stöðugur förunautur þeirra magnaðist. Sjálf uppbygging völundarhússins virtist vera að breytast og breytast, sem gerði siglingar enn krefjandi. Veggirnir púlsuðu af órólegri orku, loftið ilmaði af hráum krafti og hvísl gleymdra tungumála virtist óma úr djúpinu.

Því dýpra sem þeir fóru, því augljósara varð að Valerius hafði ekki bara verið að framkvæma vísindalegar tilraunir; hann hafði verið að framkvæma hættulegar helgisiði, sótt kraft úr uppsprettum sem eru utan mannlegs skilnings. Allt völundarhúsið var gegnsýrt af myrkri og óstöðugri orku, óeðlilegri samruna vísindatækni og fornra galdra. Óskýring línunnar milli vísinda og goðsagna hafði skapað eitthvað langt umfram allt sem þeir hefðu getað búist við. Þetta var ekki bara rannsóknarstofa; þetta var valdakjarna, staður þar sem náttúrulögmálin voru snúin og beygð að geðþótta geðveiks snillings. Þyngd þessarar vitneskju hvíldi þungt á þeim og jók á vaxandi tilfinningu fyrir brýnni þörf. Þau urðu að stöðva Valerius, ekki aðeins fyrir mannkynið, heldur til að varðveita veruleikann sjálfan. Örlög heimsins, og kannski miklu meira, voru í húfi. Djúp völundarhússins var lykillinn að öllu og lokaátökin nálguðust óðfluga.

Kafli 3: Að afhjúpa fortíðina

Hringlaga herbergið, baðað í bláum, himneskum ljóma, pulsaði af lágum suði sem titraði í gegnum bein þeirra. Æthel, með kvikasilfurslíka húð sem glitraði, benti á röð af alkófum sem voru höggvin í veggina. Inni í hverju alkófi, staðsett á stalli úr obsidían, voru fornar bókrollur, yfirborð þeirra þakið táknum sem virtust hreyfast og krumpast fyrir augum þeirra. Loftið í kringum þau sprakk af orku, áþreifanleg tilfinning um aldur og kraft sem streymdi frá textunum.

„Þetta," sagði Æthel með hugsunum, rödd þess eins og hljómandi hvísl í huga þeirra, „inniheldur sögu Helix. Þekkingin innan í því er bæði blessun og bölvun. Farið varlega með það."

Liam, alltaf nákvæmur rannsakandi, nálgaðist einn af alkófunum varlega. Hann rúllaði varlega upp bókrollu og afhjúpaði flókið letur sem virtist ögra jarðneskum tungumálum. Leturgerðin var heillandi blanda af kunnuglegum og framandi táknum, samruni glæsilegrar kalligrafíu og rúmfræðilegra mynstra sem minntu á flóknar rafrásarmyndir. Þegar hann dulráði textann skolaði yfir hann bylgja djúpstæðs skilnings og setti saman aldir af glataðri þekkingu.

Skrárnar töluðu um siðmenningu sem var mun eldri en nokkur önnur sem skráð er í mannkynssögunni – siðmenningu sem hafði náð slíkum vísindalegum og töfralegum framförum að jafnvel brengluðum metnaði Valeriusar var ofar. Þessi forna kynþáttur, þekktur sem Luminianar, hafði náð tökum á listinni að stjórna orku á grundvallarstigi, fléttað saman vísindi og töfra í samhljómandi sinfóníu. Þeir lærðu að Helix væri ekki bara uppspretta orku, heldur leiðsla – gátt að aðgangi að og stjórnun grundvallarkröfta sköpunarinnar.

Textarnir lýstu djúpum skilningi Luminiana á grundvallareiningum alheimsins, leikni þeirra í orkustjórnun sem fór fram úr öllum skilningi á nútíma eðlisfræði. Þeir gátu stjórnað orkuflæði á undiratómstigi, stjórnað ögnum og öldum með auðveldum hætti. Það var eins og þeir hefðu rekist á teikningu af sköpuninni sjálfri, vegakort að grundvallarlögmálum alheimsins. Skrárnar innihéldu ítarlegar skýringarmyndir sem sýndu flókna orkuflæði, jöfnur sem lýstu flóknum dansi agna og teikningar af tækjum sem gátu stjórnað sjálfum vef veruleikans.

Það virtist sem Luminíumenn hefðu nýtt sér kraft helix-heimsins til að ná merkilegum afrekum. Þeir byggðu borgir sem svifu um meðal skýjanna, beisluðu orku stjarnanna og stjórnuðu jafnvel tímanum sjálfum, þótt með varúð og ströngum reglum, sem gaf í skyn hættur sem fylgja slíkum krafti. Skilningur þeirra á alheiminum var djúpstæður og stórkostlegur og fór langt fram úr nútíma skilningi. Þeir höfðu náð tökum á sköpunarkraftinum, beygt veruleikann að vilja sínum með færni og náð, skiljandi þá gríðarlegu ábyrgð sem slík þekking fól í sér.

Hins vegar lýstu textarnir einnig endanlegu falli Luminíumanna. Hroki þeirra, óþreytandi leit þeirra að þekkingu án tillits til afleiðinganna, leiddi til hörmulegra atburða sem rústuðu siðmenningu þeirra. Þeir höfðu ýtt mörkum veruleikans of langt og skapað ójafnvægi í orku geimsins sem leiddi til falls þeirra. Textarnir gáfu í skyn að helix-heimurinn, í röngum höndum, hefði möguleika á að leysa upp sjálfan vef tilverunnar. Þessi hörmulega atburður, sem næstum eyddi plánetunni, varð vitnisburður um eyðileggjandi afleiðingar óheftrar metnaðar og viðkvæms jafnvægis sem stjórnar alheiminum.

Skrúlurnar lýstu ítarlegum helgisiðum og tækniframförum, sem sýndu fram á flókinn skilning Luminiana á bæði andlegum og efnislegum heimi. Þekking þeirra á heimsfræði og stjarneðlisfræði var djúpstæð;

skilningur þeirra á orkusviðum var umfram nútíma vísindalegan skilning. Þeir litu á alheiminn sem lifandi, öndandi veru, tengda saman með flóknum orkuflæði.

Þegar Liam dulráði textana skoðaði Elara meðfylgjandi skýringarmyndir og myndskreytingar. Þær sýndu flókna orkuflæði, flóknar stærðfræðilegar jöfnur sem rugluðu jafnvel vísindalega þjálfaðan huga hennar og ótrúlega tækni sem virtist brjóta gegn lögmálum eðlisfræðinnar. Luminíumenn höfðu djúpan skilning á bæði vísindalegum og andlegum þáttum alheimsins og fléttuðu þeim saman óaðfinnanlega í tækni sinni og helgisiðum.

Skrúlurnar lýstu samlífi milli Luminíumanna og helixsins. Helixinn var ekki bara verkfæri; hann var framlenging á tilveru þeirra, birtingarmynd sameiginlegrar meðvitundar þeirra. Þeir notuðu hann til að skapa, lækna og vernda, en þeir skildu einnig gífurlegan kraft hans og möguleikann á eyðileggingu sem hann hafði í för með sér. Þessi skilningur var lykilatriði; hann leiddi í ljós að helixinn var ekki í eðli sínu góður eða vondur. Eðli hans var hlutlaus, möguleikinn á sköpun eða eyðileggingu eingöngu háður ásetningi og gjörðum notandans.

Elara, sem byggði á kenningum ömmu sinnar og eigin meðfædda næmni, fann djúpa tengingu við Luminíumenn. Skilningur þeirra á orku, heildræn nálgun þeirra á vísindi og galdra, endurómaði fornar goðsagnir og þjóðsögur sem amma hennar hafði deilt. Hún fann fyrir skyldleika við þessa löngu týndu siðmenningu, viðurkenningu á sameiginlegri ástríðu þeirra fyrir þekkingu og endanlegu mistökum þeirra að stjórna metnaði sínum. Sagan af Luminíönum var viðvörunarsaga, hörð áminning um þá djúpu ábyrgð sem fylgdi slíkum gífurlegum krafti. Afleiðingar óhefts valds höfðu djúp áhrif á Elöru og þjónuðu sem viðvörun um þá leið sem Dr. Valerius hafði valið.

Liam, með hrukkótt enni af einbeitingu, hélt áfram að þýða flóknari hluta bókrollanna. Hann uppgötvaði að Luminíönum hafði þróað flóknar öryggisráðstafanir til að koma í veg fyrir misnotkun á helixinum, flóknar helgisiði og tæknilegar ráðstafanir sem ætlaðar voru til að koma í veg fyrir að kraftur hans félli í rangar hendur. Þessar öryggisráðstafanir höfðu hins vegar verið brotnar niður - smáatriði sem var afar mikilvægt fyrir verkefni þeirra.

Fornu textarnir veittu frekari innsýn í vélfræði helixins, afhjúpuðu fíngerða blæbrigði orkuflæðis hans og nákvæmar samskiptareglur sem þurfti til að hann virki á öruggan hátt. Þekkingin var ekki bara fræðileg; Það var hagnýtt og innihélt ítarlegar leiðbeiningar um hvernig hægt væri að stjórna orku spíralsins, varúðarráðstafanir sem fylgja skyldi og mótvægisaðgerðir til að koma í veg fyrir stórkostlegar bilanir. Í textunum var greinilega lýst hættunni sem fylgdi því að stjórna spíralnum án réttrar skilnings og hörmulegum afleiðingum þess að misnota gríðarlegan kraft hans.

Þegar þau köfuðu dýpra í forna þekkinguna, afhjúpuðu Elara og Liam falinn hluta textans, hluta sem hafði verið vísvitandi hulinn eða innsiglaður. Þessi faldi hluti afhjúpaði sanna eðli þeirrar hörmungar sem höfðu eyðilagt Luminíumenn: tilraun þeirra til að stjórna tímanum sjálfum. Þeir höfðu reynt að breyta fortíðinni, brot sem hafði hrundið af stað keðjuverkun, rifið í sundur efni tímarúmsins og leitt til algjörrar tortímingar siðmenningar þeirra. Eyðileggingin sem hafði útrýmt

Luminíumönnum var öflugt dæmi um möguleikann á hörmulegum mistökum þegar reynt var að breyta gangi atburða og náttúruskipan.

Falinn hluti handrita afhjúpaði einnig spádóm - spá um framtíð þar sem helix myndi enn og aftur falla í rangar hendur, sem leiddi til hörmulegra atburða svipaðra og þeirrar sem hafði eyðilagt Luminíumenn. Spádómurinn talaði um útvaldan, afkomanda Luminíumanna, sem hefði vald til að koma í veg fyrir þessa hörmung - spádómur sem talaði um ferðalag þeirra og mikilvægi þess. Spádómurinn lýsti verkefnunum sem þau þurftu að sinna, þar á meðal að endurheimta týnda brot úr helixinum og ljúka ákveðinni helgiathöfn til að endurheimta jafnvægi veruleikans.

Vopnuð þessari nýfundnu þekkingu fundu Elara og Liam fyrir endurnýjaðri tilfinningu fyrir brýnni þörf. Þau skildu alvarleika verkefnis síns: að stöðva Valerius áður en hann sleppti lausum hamförum sem myndu jafnvel dverga fall Luminiana. Þyngd sögunnar, örlög heimsins og hugsanlega sjálfs efnis veruleikans hvíldi á herðum þeirra. Ferðalag þeirra snerist ekki bara um að sigra Valerius; það snerist um að koma í veg fyrir stórslys á alheimsskala og heiðra lærdóminn af týndri menningu. Forn textar höfðu ekki aðeins afhjúpað leyndarmál helixins heldur einnig lýst upp leiðina að öruggri og ábyrgri notkun hans. Upplýsingarnar sem þau höfðu nú voru ekki bara lykillinn að ósigri Valerius, heldur mikilvæg þekking sem myndi að lokum ákvarða örlög heimsins.

Loftið í hringlaga herberginu sprakk af eftirvæntingu, suð helixins var stöðugur, lágur dynkur gegn þögn uppgötvunar þeirra. Liam, sem enn var að glíma við þann mikla upplýsingamagn sem hann hafði safnað saman úr bókrollum Luminiananna, fann skyndilega breytingu í andrúmsloftinu. Æthel, glitrandi mynd hennar varla greinanleg í bláa ljósinu, benti lúmskt á unga manninn sem hafði að mestu leyti verið þögull allan tímann sem þeir könnuðu – prinslega lærlinginn Caius.

Caius hafði fram að þessu kynnt sig sem hæfileikaríkan fræðimann, og þekking hans á fornum tungumálum reyndist ómetanleg við að ráða í suma af þeim óljósari köflum. En kyrrlát framkoma hans faldi dýpt sem var rétt núna farin að koma upp á yfirborðið. Hann hafði verið einstaklega rólegur mitt í opinberunum um forna tækni og hörmulegar atburði, ró sem jaðraði við þekkingu. Róleg athugun hans hafði verið minna merki um aðgerðaleysi og meira um vandlega mat, þögul íhugun á frásögninni sem var að þróast.

Eins og hann skynjaði breytinguna á athyglinni steig Caius fram, venjulega rólegur svipur hans litaður af dapurleika. Hann talaði lágt, röddin varla hvísl, en samt bar þunga sem ómaði við fornan kraft herbergisins. „Það er eitthvað sem ég verð að segja þér," byrjaði hann, augu hans féllu á flóknu táknin sem prýddu handritin. „Sjálfsmynd mín ... Hún er ekki það sem hún virðist vera."

Þögn lagðist yfir þremenningana, aðeins rofin af taktfastum púlsi Helix. Liam og Elara skiptu á svipbrigðum, blanda af forvitni og kvíða endurspeglaðist í augum þeirra. Æthel, alltaf athugull, stóð kyrr, orkan virtist einbeitt að Gaiusi.

Gaius opinberaði þá sannleika sem braut niður fyrirfram mótaðar hugmyndir þeirra. Hann var ekki bara prinslegur lærlingur í leit að þekkingu; hann var bein afkomandi Luminíumanna, staðreynd sem hann hafði vandlega falið, óttaðist afleiðingar þess að afhjúpa sanna arfleifð sína. Hann bar innra með sér erfðafræðilegt minni um siðmenningu sem hafði glatast í tímanum, arfleifð sem var ofin inn í sjálfan vef tilveru sinnar. Hæfileikar hans, meðfæddur skilningur á vélfræði Helix og jafnvel rólegt viðhorf hans undir álagi voru ekki bara tilviljanir heldur arfleifð forfeðra hans.

Hann sagði sögu sem hafði gengið í gegnum kynslóðir, hvíslaði leyndarmálum sem voru varðveitt innan ættar fjölskyldu sinnar, sögu um lifun og falda þekkingu. Fjölskylda hans, síðustu leifar Luminíumanna, höfðu lifað af hörmulega atburði sem höfðu eyðilagt siðmenningu þeirra, lifað í einangrun, tilvist þeirra óþekkt umheiminum. Þau voru varðveitendur sundurlausrar þekkingar, verndarar þeirra púslubita sem eftir voru – púsluspils sem nú, með hjálp Liam og Elaru, gat loksins verið leyst.

Einstakir hæfileikar Caiusar náðu langt út fyrir tungumálakunnáttu hans. Hann hafði innsæi í skilningi á Helix-heiminum, náttúrulega tilhneigingu til orku hans sem gerði honum kleift að skynja fínlegar sveiflur hans og túlka flókin mynstur. Hann fann orkuna streyma í gegnum fornar handrit, skynjaði kjarna þekkingar Luminiana, skildi flóknar helgisiði og öryggisráðstafanir, viðvaranir og spádóma. Hann gat í raun „talað“ tungumál Helix-heimsins og þýtt þöglar yfirlýsingar hans miklu nákvæmar en fullkomnasta tækni. Hann var ekki aðeins afkóðari fornra texta, heldur leiðsla fyrir Helix-heiminn sjálfan, lifandi tenging við týnda siðmenningu.

Þegar Caius deildi sögu sinni fann Elara sig undarlega dregin að honum. Saga hans endurómaði þjóðsögur sem amma hennar hafði sagt, hvísl gleymdrar fortíðar sem talaði um siðmenningu sem blandaði saman vísindum og galdri, siðmenningu sem hafði áorkað kraftaverkum og orðið fyrir hörmulegu falli. Djúpstæð ómsveifla var milli frásagnar Caiusar og þeirrar þekkingar sem þeir höfðu grafið upp úr handritunum, fullkomin samræming sem staðfesti sannleikann um ætterni hans.

Uppljóstrunin um hver Caius var flækti verkefni þeirra enn frekar. Ætt hans var ekki bara söguleg smáatriði; hún var lykillinn að því að opna fyrir alla möguleika Helix. Hann var týndi hlekkurinn, týndi púsluspilið sem gerði þeim kleift að skilja tækið og öryggisráðstafanir þess til fulls. Hann gat ekki aðeins túlkað hið ritaða orð heldur einnig skynjað undirliggjandi merkingu þess, næstum því skynjað fyrirætlanir Luminiana á þann hátt sem Liam og Elara gátu ekki.

Liam, alltaf kerfisbundinn rannsakandi, byrjaði strax að bera saman frásögn Caius við upplýsingar sem safnað var úr handritunum. Hann fann ótrúlegar hliðstæður, staðfestingar á smáatriðum sem áður höfðu virst óljósar. Lýsingar Caius á hefðum fjölskyldu sinnar, helgisiðum þeirra og aðferðum þeirra til að varðveita þekkingu endurspegluðu fullkomlega frásagnirnar sem finnast í fornum textum. Flóknu skýringarmyndirnar, stærðfræðiformúlurnar, lýsingarnar á tækni - allt féll á sinn stað þegar Caius veitti einstakt sjónarhorn sitt og innsýn sem hann hafði fengið úr þekkingu forfeðra sinna.

Þeir uppgötvuðu að Luminianar höfðu ekki einfaldlega horfið; Þeir höfðu dreifst, þekking þeirra og færni sundurleit, gengið í gegnum einangraðar ættir. Fjölskylda Caiusar hafði verið falið að vernda ákveðinn þátt í skilningi Luminiana - djúpan skilning á frumspekilegum eiginleikum Helix, tengslum hans við grundvallaröfl alheimsins. Þessi þekking, ásamt vísindalegum skilningi Liams og innsæi Elöru, myndaði heildarmynd.

Forfeður hans höfðu einnig nákvæmlega skjalfest ferlið við að búa til og viðhalda öryggisreglum Helix, reglum sem höfðu spillst með tímanum. Nú, með hjálp Caiusar, gátu þeir byrjað að gera við þessar reglur og endurreisa verndarráðstafanirnar. Þessi þekking yrði ómetanleg í leit þeirra að því að koma í veg fyrir að Dr. Valerius nýti sér fullt vald Helix.

Nærvera Caiusar bauð einnig upp á nýja vídd í skilningi þeirra á spádóminum. Sá útvaldi, sem nefndur er í földu hluta bókrollanna, var ekki bara goðsagnapersóna, heldur raunveruleg persóna – Caius sjálfur. Spádómurinn talaði um afkomanda Luminiana, sem bjó yfir einstakri blöndu af vísindalegri og dulrænni skilningi, sem myndi búa yfir hæfileikum til að vernda Helix. Spádómurinn, sem áður var fjarlægur möguleiki, var nú áþreifanlegur meðal þeirra.

Fyrri áhyggjur þeirra af möguleikanum á hörmulegu bilun tóku nú nýja vídd. Ábyrgðin var ekki bara þeirra; hún var einnig Caiusar. Þyngd arfleifðar forfeðra hans hvíldi þungt á herðum hans, byrði sem hann bar með rólegri reisn. Hann var ekki bara þátttakandi í þessari leit; Hann var lykilsteinninn sem velgengni þeirra eða mistök myndu snúast um.

Þegar þeir unnu saman fór innsæi Caiusar á lúmskum orkumeðferðum Luminiana að leiða afkóðun þeirra á þeim bókrollum sem eftir voru. Hann gat greint orkumerki innan táknanna sem áður höfðu verið óskiljanleg. Hann gat rakið orkuflæði í gegnum bókrollurnar og afhjúpað faldar leiðir og tengingar sem voru ósýnilegar fyrir augu þeirra. Þessi lúmska orkumeðferð og túlkun, sem virtist dulræn að eðlisfari, studdi vísindalega nálgun Liams og veitti fullkomna og nákvæma afkóðun á fornri þekkingu.

Sameinuð viðleitni þeirra skilaði ótrúlegum árangri. Þeir skildu ekki aðeins virkni Helix betur, heldur fóru þeir að afhjúpa frekari öryggisráðstafanir, aðferðir til að stjórna krafti hans og mótvægisaðgerðir gegn misnotkun orku hans. Því dýpra sem þeir köfuðu, því meira gerðu þeir sér grein fyrir víðtækum vísindalegum og töfraframförum Luminiana, flóknum skilningi þeirra á alheiminum og vald þeirra á orku sem var aðeins fræðileg fyrir nútímavísindi.

Þeir uppgötvuðu að hinir fornu Luminíusar höfðu ekki aðeins smíðað tæknilegan búnað heldur einnig háþróað orkukerfi, flókið í hönnun og öflugt óskiljanlegt. Helix var ekki bara verkfæri til að stjórna; það var samlífislegt viðmót, leiðsla til orku sem undirstrikaði veruleikann sjálfan. Áskorunin nú var ekki bara að sigra Valerius, heldur að skilja og stjórna þeim gríðarlega krafti sem þeir höfðu óvart vakið og koma í veg fyrir möguleikann á annarri hörmung á alheimsskala. Nærvera Caius hafði ekki aðeins afhjúpað mikilvægan hluta af áætlun þeirra sem vantaði, heldur magnað kraft þeirra veldishraða. Leitin hafði breyst úr baráttu við einn mann í baráttu við sjálf öfl veruleikans sjálfs, og fortíð prinsins var lykillinn að lifun þeirra. Uppljóstrunin um sjálfsmynd Caius hafði óafturkræft breytt landslagi verkefnisins, umbreytt því úr einföldum björgunaraðgerðum í baráttu fyrir sjálfum tilverunni.

Elara, hugur hennar enn í óreiðu eftir opinberun Caiusar, fann undarlega kitlandi tilfinningu í fingurgómunum. Það var lúmskt, næstum ómerkjanlegt, eins og dauf rafhleðsla. Hún kastaði augum á Helix-ið, blái ljóminn pulsaði taktfast, hjartsláttur í þögla herberginu. Liam, alltaf raunsæismaður, var að bera saman fjölskyldusögu Caiusar vandlega við afkóðaða hluta bókrollanna, ennið hans hrukkaði af einbeitingu. En athygli Elaru beindist að ákveðnu tákni, hvirfilbyljandi tákni ólíkt öllu sem hún hafði séð áður. Það virtist glitra af innri ljósi, pulserandi dauft í takt við takt Helix-iðs.

Forvitin rakti hún táknið með fingrinum, kitlandi tilfinningin magnaðist. Skyndileg orkubylgja, upplýsingabylgja, flæddi meðvitund hennar. Þetta var ekki sjónræn mynd eða samhangandi hugsun, heldur tilfinning, tilfinning um djúpan skilning. Hún fann teikningu veru, flókinnar og samsettrar, þróast í huga hennar. Þetta var Gryphon, tignarleg form hennar lýst með stórkostlegum smáatriðum, en ekki bara hvað varðar líkamleg einkenni hennar. Sýnin náði til erfðafræðilegrar uppbyggingar hennar, frumusamsetningar hennar, sjálfs kjarna veru hennar.

Þá gerðist eitthvað enn óvenjulegra. Sýnin breyttist, færðist frá lífrænu yfir í vélrænt, og afhjúpaði flókna skýringarmynd af háþróaðri orkutækni – smækkaða útgáfu af Helix sjálfri, þótt hún væri mun þéttari og straumlínulagaðri. Þetta var ekki bara skýringarmynd; þetta var hagnýt teikning sem afhjúpaði flókna virkni, orkuleiðir og stjórnkerfi. Þessi smækkaða Helix var ótrúlega lík stærra tækinu, en með fágun sem benti til mun háþróaðri tækni, tækni sem blandaði saman lífrænum og ólífrænum þáttum óaðfinnanlega. Skilningurinn sem streymdi um Elara var ekki bara huglægur; hann var djúpstæður og innsæisríkur. Hún fann, frekar en að sjá, samspil töfraorku og tæknilegrar nákvæmni.

Reynslan lét hana andalausa, yfirbugaða af miklu magni upplýsinga sem hafði streymt inn í hug hennar. Það var eins og hún hefði fengið aðgang að falnu lagi veruleikans, vídd þar sem vísindi og galdrar voru ekki andstæðir kraftar heldur samofnir þræðir í einu vefnaði. Helix, áttaði hún sig á, var ekki bara tæki; það var geymsla þekkingar, lifandi skjalasafn sem innihélt teikningar ekki aðeins fyrir fantasíuverur heldur einnig fyrir stórkostlegar tækniframfarir. Hún skildi að Luminianarnir höfðu náð tökum á samþættingu dulræns og vísindalegs eðlis sem var óskiljanlegt.

Liam, sem tók eftir skyndilegri þögn Elaru og óvenjulegu svipbrigðum hennar, spurði lágt: „Elara? Hvað er þetta? Hvað sástu?“

Hún dró djúpt andann og reyndi að skipuleggja straum upplýsinganna sem enn hvirflaðist um huga hennar. „Ég ... Ég sá Gryphon,“ byrjaði hún, röddin titrandi örlítið, „en ekki bara efnislega lögun hans. Ég sá heildaruppdrátt hans, erfðakóða hans. Og svo ... Svo sá ég smækkaða útgáfu af Helix, tæknilegt undur. Það var ótrúlegt. Samþætting lífræns og ólífræns var ... Ótrúleg.“

Liam skipti á svipbrigðum við Caius. Augu prinsins stækkuðu af viðurkenningu. „Meistari Luminiananna í líftækni,“ muldraði hann, röddin varla heyranleg. „Ég hafði lesið sundurlausar frásagnir af því í fjölskyldubókunum, en ekkert eins og þetta.“

„En það er ekki allt,“ hélt Elara áfram. „Helix-ið geymir ekki bara teikningar af verum. Það geymir líka teikningar af tækni. Þetta tæki ... Það gefur til kynna vísindalega framþróun sem er langtum betri en allt sem við höfum í dag. Það er samruni vísinda og galdra, samræmd blanda tveggja að því er virðist ólíkra sviða.“

Caius kinkaði hægt kolli. „Forfeður okkar litu ekki á galdra og vísindi sem aðskildar greinar," útskýrði hann. „Þeir litu á þau sem viðbótarkrafta, ólíka þætti sama grundvallarveruleikans. Helix-ið er vitnisburður um þennan skilning. Það er kerfi sem samþættir hvort tveggja óaðfinnanlega. Teikning Gryphon-sins gæti til dæmis verið hluti af stærra kerfi, líffræðilegur þáttur sem vinnur í samvinnu við tæknilega þættina, háþróað samlífiskerfi, kannski til orkuframleiðslu eða háþróaðra samskipta."

Liam, þótt hann væri í upphafi efins um „galdra"-þáttinn, fann sig heillaðan af umfangi og flækjustigi tækninnar. Smásmáa Helix-ið, eins og Elara lýsti því, var vitnisburður um verkfræðilega færni sem fór fram úr öllu sem hægt var að ímynda sér. Hann byrjaði að sjá möguleg notkunarsvið, afleiðingar slíkrar háþróaðrar tækni, ekki aðeins til að skilja alheiminn, heldur til að beisla kraft hans. Mögulegur ávinningur var ótrúlegur, en hugsanlegar hættur voru jafn skelfilegar.

„Áhrifin eru gríðarleg," sagði Liam hugsi. „Ef Luminianar gætu náð þessu stigi tækniframfara með því að blanda saman galdri og vísindum, ímyndaðu þér hvað þeir gætu gert."

„Ímyndaðu þér hvað Valerius gæti gert ef hann fengir þessa þekkingu í hendurnar," bætti Caius við og svipbrigði hans runnu saman. „Þetta snýst ekki bara um að stjórna vél; þetta snýst um að stjórna sjálfum veruleikanum. Helix... það er lykill, ekki bara að því að afhjúpa forn leyndarmál, heldur að því að hugsanlega stjórna grundvallaröflum alheimsins."

Elara skalf, kvíðabylgja gekk yfir hana. Undrunin og undrunin yfir afreki Luminiananna var skyggð af hryllilegri uppgötvun. Möguleikinn á misnotkun var hörmuleg. Helix var ekki bara öflugur gripur; það var eins og Pandóruaskja, fær um að leysa úr læðingi óhugsandi afleiðingar. Verkefni þeirra hafði stigmagnast lengra en að stöðva Valerius einfaldlega; það var orðið að kapphlaupi gegn hugsanlegri upplausn veruleikans sjálfs.

Þau eyddu næstu klukkustundum í að rannsaka vandlega upplýsingarnar sem Elara hafði fengið, og vísuðu þær saman við bókrollurnar og forfeðraþekkingu Caiusar. Liam, með vísindalegan hug sinn, byrjaði að bera kennsl á mynstur í orkuflæðinu sem lýst er í smækkaðri Helix-teikningunni. Hann þekkti frumefni sem líktust þekktum eðlisfræðilegum fyrirbærum en greindi einnig þætti sem stóðu í vegi fyrir núverandi vísindalegri skilningi. Tækni Luminiana virtist hafa virkjað orku langt umfram seilingar nútímavísinda, orku sem náði til sjálfs kjarna tilverunnar.

Caius, vegna meðfæddrar tengingar sinnar við Helix, gat túlkað fínlegar orkueinkenni í teikningunum og veitt Liam innsýn sem annars væri óaðgengileg. Elara, sem hafði upplifað hráan kraft Helix af eigin raun, starfaði sem brú milli vísindalegrar og dulrænnar skilnings þeirra, og innsæi hennar hjálpaði til við að fylla í eyðurnar í þekkingu þeirra.

Með því að vinna saman fóru þau að setja saman alhliða skilning á tækni Luminiana. Þau uppgötvuðu að samþætting galdra og vísinda var ekki bara fagurfræðileg ákvörðun heldur hagnýt nauðsyn. Galdraþættirnir veittu stjórn og nákvæmni sem var ómögulegt að ná með eingöngu tæknilegum hætti, en tækniþættirnir buðu upp á stöðugleika og fyrirsjáanleika sem nauðsynlegur var til að beisla og stýra galdraorkunni. Allt kerfið var meistaraverk samlífsverkfræði.

Sameiginlegt átak þeirra leiddi í ljós hræðilegan sannleika: fornu öryggisráðstafanirnar sem vernduðu Helix voru ekki bara brotnar; þær voru virkt stjórnaðar af Valerius. Luminianar höfðu byggt upp verndarlög, flóknar öryggisráðstafanir sem voru hannaðar til að koma í veg fyrir stórkostlega misnotkun. En Valerius, með blöndu af hörkuvaldi og lævísri meðferð, var að komast fram hjá þessum öryggisráðstöfunum, auka afköst Helix smám saman og ýta því út fyrir örugga notkunarmörk. Hann var að ýta á mörk tækni Luminiana, með hörmulegum afleiðingum. Kerfið nálgaðist mikilvægan punkt og ógnaði óþekktu magni orkulosunar, hugsanlega hörmulegum atburði sem gæti mótað heiminn.

Verkefnið sem beið þeirra var ekki bara að stöðva Valerius; það var að gera við öryggisráðstafanirnar, að endurheimta stjórn á Helix áður en það yrði um seinan. Sjálfur veruleikinn, gerðu þeir sér grein fyrir, hékk á bláþræði og þeir voru þeir einu sem gátu komið í veg fyrir að hann leystist upp. Samruni vísinda og galdra, sem eitt sinn voru uppspretta undrunar og lotningar, táknaði nú ógnvekjandi möguleika á eyðileggingu, möguleika sem aðeins þeir gátu komið í veg fyrir. Þyngd þessarar uppgötvunar hvíldi þungt á herðum þeirra, ábyrgð af alheimsstærð. Ævintýri þeirra hafði þróast frá leit að týndri siðmenningu í örvæntingarfulla baráttu til að bjarga heiminum, heimi sem stóð á barmi tortímingar.

Loftið sprakk af áþreifanlegri spennu, þögull suð undir taktfastum púlsi Helix-geimsins. Dagarnir liðu í nætur á meðan Elara, Liam og

Caius unnu óþreytandi að því að ráða í flóknar teikningar Luminiana. Þyngd uppgötvunarinnar – skelfileg möguleiki gjörða Valeriusar – þrýsti niður á þá, kæfandi teppi ábyrgðar. Þeir höfðu afhjúpað hræðilegan sannleika: Valerius var ekki bara að reyna að stjórna Helix-geimnum; hann var að reyna að taka í sundur öryggisráðstafanir hans, að leysa úr læðingi hráan kraft hans án þess að skilja afleiðingarnar.

Caius, með venjulega konunglega framkomu sína merkta áhyggjum, færði fingri yfir fölnað tákn á einni af bókrollunum. „Hann er að komast framhjá öryggisráðstöfunum," muldraði hann, röddin varla hvíslandi. „Luminiar bjuggu til mörg verndarlög, töfrandi og tæknileg, hönnuð til að koma í veg fyrir óheimilan aðgang. En Valerius ... Hann er kerfisbundið að gera þau óvirk, eitt af öðru."

Liam, með hrukkótt enni af einbeitingu, rannsakaði heildræna mynd af smækkaðri Helix-teikningu. „Hann notar blöndu af grófu afli og lúmskri meðferð," útskýrði hann og benti á röð orkumerkja á skjávarpanum. „Hann er að ofhlaða ákveðin rafrásir, neyða kerfið til að bæta upp fyrir það og veikja öryggisráðstafanirnar í leiðinni. Það er eins og að brjóta kóða, en á geimskala."

Elara, með innsæi skarpara en nokkru sinni fyrr eftir reynslu sína af Helix, fann fyrir vaxandi óróleika. „Þetta snýst ekki bara um að komast framhjá öryggisráðstöfunum," sagði hún lágt. „Hann er að breyta kjarnavirkni tækisins. Hann er ekki bara að leysa úr læðingi möguleika þess; hann er að endurskilgreina það, snúa því til að þjóna sínum eigin myrku tilgangi."

Vinna þeirra var trufluð af skyndilegum, óþægilegum skjálfta sem skók hólfið. Helix púlsaði óreglulega, blái ljóminn blikkaði villt, eins og af sársauka. Loftið sprakk af stjórnlausri orku, hráum, ótemdum krafti sem sendi hroll niður hrygginn á þeim.

„Hvað var þetta?" hrópaði Liam, röddin þétt af kvíða.

Andlit Caius var hryllilegt. „Valerius. Hann hefur gert aðra byltingu. Hann er að ýta Helix nær brotpunkti sínum."

Skjálftinn magnaðist, klefinn nötraði undan álagi stjórnlausrar orku. Steinarnir virtust titra og hótuðu að molna undan gífurlegum þrýstingi. Þeir vissu að þeir yrðu að bregðast við, og það hratt. Verkefni þeirra til að stöðva Valerius hafði orðið kapphlaup við tímann, örvæntingarfull barátta til að koma í veg fyrir óhugsandi hörmung.

En Valerius var nokkrum skrefum á undan. Hann sá fyrir viðleitni þeirra og hafði lagt gildru.

Þetta byrjaði lúmskt. Röð atburða sem virtust saklausir – lítilsháttar breyting á loftstraumum, skuggi í áður upplýstu horni, dauft hvísl ósýnilegrar nærveru – sem fannst eins og hvísl fyrirboða. Þá kom blekkingin, vandlega útfærð sjónhverfing, hönnuð til að lokka þá inn í falska öryggiskennd, vandlega útfærð leikrit hönnuð til að fanga þá.

Það byrjaði með skilaboðum, sem komu í gegnum að því er virtist skaðlausan sendifugl, pínulitla bréfdúfu sem bar upprúllaða bókrollu. Bókrollan, skreytt með merki Valeriusar, innihélt að því er virtist ósvikið boð um fund. Það var boð um samningaviðræður, tækifæri til að semja, jafnvel til að vinna saman.

Beitan var einstaklega smíðuð, sniðin að varnarleysi þeirra. Hún lék á löngun þeirra til að skilja hvatir Valeriusar, von þeirra um friðsamlega lausn. Hún bauð upp á freistingu samningaviðræðna, leið til að koma í veg fyrir frekari eyðileggingu og möguleika á samningaviðræðum um uppgjöf.

Elara, Liam og Caius skiptu á varkárum svipbrigðum. Boðið var of fullkomlega tímasett, of vandlega útbúið, til að vera annað en gildra. Valerius myndi ekki bara bjóða þeim í samtal; hann myndi setja gildru, vandlega lagða gildru sem var hönnuð til að fanga þá, til að þvinga þá til samstarfs.

Þeir ræddu möguleika sína, alvarleiki málsins vó þungt á hugum þeirra. Að hafna boðinu virtist kæruleysi, miðað við möguleikann á stigmagnandi átökum. Að þiggja það fannst þeim hins vegar eins og að ganga fúslega inn í ljónsgryfjuna.

„Hann vill að við hjálpum honum," sagði Elara loksins, rödd hennar þrungin blöndu af ótta og ákveðni. „Hann veit að við skiljum Helix betur en nokkur annar. Hann þarfnast sérfræðiþekkingar okkar til að leysa úr læðingi alla möguleika hennar."

Liam kinkaði kolli dapurlega. „Og um leið og hann hefur það sem hann vill, mun hann losa sig við okkur. Hann mun nota okkur sem verkfæri og síðan losa sig við okkur, eins og hann gerir alltaf."

Caius, þrátt fyrir efasemdir sínar, samþykkti. „Við getum ekki látið hann ná árangri. Við verðum að þiggja boðið, en við verðum að fara undirbúin. Við verðum að snúa gildrunni hans gegn honum."

Þeir eyddu næstu klukkustundum í að skipuleggja gagnstefnu sína, vandlega útfærðu áætlun til að komast inn í bæli Valeriusar, afhjúpa svik hans og ná stjórn á Helix áður en hann gæti leyst úr læðingi eyðileggingarmátt hans. Þeir undirbjuggu búnað sinn, fínpússuðu herkænsku sína og tryggðu að þeir væru viðbúnir öllu sem Valerius gæti kastað í þeirra átt. Þeir urðu að spila hans leik, en á eigin forsendum, og snúa stefnu hans gegn honum.

Ferðalagið að vígi Valeriusar var hættulegt, prófraun á seiglu þeirra og slægð. Þeir sigldu um sviksamlegt landslag, forðuðust vökul augu Valeriusar og yfirstígðu fjölmargar hindranir, ákveðni þeirra knúin áfram af brýnni verkefni þeirra. Því nær sem þeir komust áfangastað sínum,því áþreifanlegri varð óttinn.

Virki Valeriusar var grótesk paródía af virki, snúin speglun á háþróaðri byggingarlist Luminiana. Það var skýr vitnisburður um snúna metnað hans, minnismerki um miskunnarlausa valdaleit hans. Mannvirkin voru mikilfengleg, dökk og ógnvekjandi, og gáfu vísbendingar um hryllinginn innandyra.

Þegar þeir nálguðust virkið skalf jörðin undir fótum þeirra, þögul viðvörun um kraftinn sem innihélt sig. Loftið sprakk af óeðlilegri orku, áþreifanlegri hættutilfinningu sem sendi hroll niður hrygginn á þeim. Þeir vissu að þeir voru að ganga í banvæna gildru, en þeir höfðu ekkert val.

Gildran var hins vegar miklu flóknari en þeir hefðu getað ímyndað sér. Hún var vandlega skipulögð sinfónía blekkinga, hönnuð til að nýta styrkleika þeirra og afhjúpa varnarleysi þeirra. Valerius, meistarastrateg, hafði séð fyrir hverja hreyfingu þeirra, undirbúinn fyrir allar aðstæður. Gildran var ekki einföld fyrirsát; hún var flókinn sálfræðilegur leikur, prófraun á vilja þeirra, hollustu og seiglu.

Leiðangur þeirra, sem eitt sinn var einföld leit að því að endurheimta týndan grip, hafði breyst í örvæntingarfulla baráttu fyrir lífi, kapphlaup við tímann til að koma í veg fyrir hamfarir sem gætu mótað heiminn. Þyngd ábyrgðarinnar þröngvaði á þá, þung byrði sem þeir þurftu að bera. Næstu klukkustundir myndu ráða ekki aðeins örlögum þeirra heldur einnig örlögum heimsins. Baráttan um Helix, um sjálfan veruleikann, var hafin.

Loftið glitraði, hitaþoka afmyndaði þegar órólegt landslag vígis Valeriusar. Upphaflega blekkingin, blekkjandi friðsæll garður, leystist upp í óreiðukenndan völundarhús af krókóttum göngum og földum göngum. Þetta var völundarhús hannað ekki bara til að rugla þá, heldur til að brjóta þá niður. Valerius skildi styrkleika þeirra - taktíska snilld Liams, dularfulla þekkingu Caiusar og innsæi Elöru sem tengdist Helix - og hafði sniðið gildruna að því að nýta þá.

Liam, alltaf stefnumótandi, mat stöðu þeirra fljótt. „Þetta er ekki einföld eltingaleikur," muldraði hann, rödd hans varla heyranleg yfir óma ósýnilegra véla. „Þetta er prófraun. Röð áskorana sem ætlað er að aðskilja okkur og brjóta niður einbeitni okkar." Hann benti á flókið safn rúna sem voru grafnar í gólfið og pulsuðu með daufu, himnesku ljósi. „Þetta eru varnir Luminiana gegn innrás, breyttar. Valerius notar þær gegn okkur."

Caius, augu hans skanna flóknu mynstrin, kinkaði kolli dapurlega. „Hann notar þekkingu okkar gegn okkur. Hver áskorun er hönnuð til að prófa skilning okkar á tækni og galdri Luminiana. Mistök þýða handtöku."

Elara, hönd hennar teygði sig ósjálfrátt eftir litla, flókið útskorna verndargripnum sem hún bar um hálsinn – minjar sem hún hafði erft frá forfeðrum sínum, leið til lúmskra, fornra galdra – fann adrenalínbylgju. Hún fann fyrir púlsandi orku varnarmannanna, sem ómaði við hennar eigin. „Við verðum að nota hans eigin aðferðir gegn honum," lýsti hún yfir, röddin full af nýfundinni ákveðni. „Við þurfum að hugsa eins og Valerius – sjá fyrir hreyfingar hans, nýta okkur hroka hans."

Flótti þeirra hófst með djörfum áhætta. Liam, með því að nota þekkingu sína á verkfræðireglum Luminiananna, fann veikleika í varnarkerfinu – lúmskan galla í orkuflæðinu sem Valerius hafði ekki gert ráð fyrir. Með því að nota blöndu af nákvæmum töfraþulu og fínstilltri tækni, gerði Caius varnarmanninn óstöðugan og skapaði stutt tækifæri.

Elara, með því að nota innsæistengingu sína við Helix, skynjaði undirliggjandi orkustrauma sem streymdu um völundarhúsið. Þetta var óreiðukenndur kraftdans, hættuleg sinfónía galdra og tækni. Hún leiddi þá í gegnum völundarhúsið og notaði orkuflæðið til að sjá fyrir gildrur Valeriusar og finna faldar leiðir.

Eftirför þeirra leiddi þá í gegnum sífellt hættulegri umhverfi. Eina stundina voru þeir að sigla í gegnum klefa fullan af sjálfskipulögðum hindrunum; þá næstu voru þeir að forðast geisla af einbeittri orku sem sviðu steininn. Þeir mættu sjálfvirkum varðmönnum - gróteskum málmbyggingum, knúnum áfram af dökkum galdri og háþróaðri tækni, sem eltu þá af óþreytandi skilvirkni.

Taktísk snilld Liams reyndist ómetanleg, þar sem hann aðlagaði stöðugt flóttaleið þeirra út frá breytilegum mynstrum eftirförarinnar. Hann spáði fyrir um hreyfingar Valeriusar, sá fyrir gildrur hans og mótaðferðir, með því að nota blöndu af útreikningum og skarpri innsæi. Hver viðureign var áhættusöm áhætta, skelfilegur dans við dauðann, en nákvæm framkvæmd þeirra reyndist stöðugt farsæl.

Þekking Caiusar á galdrum fornra Luminíumanna gerði þeim kleift að skapa tímabundna afþreyingu, töfra fram blekkingar til að rugla eltendur sína, reisa orkuskildi til að vernda sig gegn árásum Valeriusar og jafnvel gera varðmennina tímabundið óvirka með gagnárásum. Hæfileikar hans í dulrænum listum voru jafn mikilvægir fyrir flótta þeirra og tæknileg færni Liams.

Tengsl Elöru við Helix púlsuðu sterkt, skilningarvit hennar jukust af dulrænni orku þess. Hún fann nærveru Valeriusar – kælandi bylgju illsku sem virtist öldu um steina völundarhússins. Hún var meðvituð um hverja falda myndavél, hverja falda gildru, hverja leynda hættu. Þetta var fyrirsjáanleg hæfileiki, fínpússaður í gegnum ára nálægð við eteriskan kraft Helixarins. Hæfni hennar til að sjá fyrir hreyfingar Valeriusar gaf þeim mikilvægan kost, sem gerði þeim kleift að forðast fyrirsát og nýta sér blinda bletti eltingjanna. Flótti

Þeirra leiddi þá í gegnum röð sífellt krefjandi umhverfa – víðáttumiklar neðanjarðarhellar sem ómu af dropa ósýnilegs vatns, svimandi hæðir sem gnæfðu yfir óhugsandi dýptargjám og innilokunargöng full af undarlegum, lífljómandi sveppum. Hvert skref var barátta við mikinn þunga fjallsins sjálfs, eins og jörðin sjálf hefði gert samsæri gegn flótta þeirra.

Þegar þau flúðu gerðu þau sér grein fyrir því að Valerius var ekki bara að reyna að handtaka þau. Hann var að reyna að brjóta þau. Hann notaði völundarhúsið ekki aðeins sem líkamlega gildru heldur einnig sem sálræna gildru, hönnuð til að prófa einbeitni þeirra og brjóta niður einingu þeirra. Óþreytandi eftirför þeirra, stöðug ógnin um dauða og síbreytilegt landslag völundarhússins voru hönnuð til að grafa undan baráttuanda þeirra, fá þá til að efast um verkefni sitt og neyða þá til að snúast hvert gegn öðru.

Hins vegar þjónaði sameiginleg reynsla þeirra og óhagganlegt traust hvert á öðru sem akkeri. Þau studdu hvert annað, deildu auðlindum og hvöttu hvert annað í gegnum augnablik efa og örvæntingar. Eining þeirra varð sterkasta vopn þeirra, kraftur sem lævís áform Valerius gátu ekki sigrast á.

Flótti þeirra endaði í hjartnæmri eftirför í gegnum fjallstindinn, spennandi kapphlaupi við náttúruöflin. Þau klifruðu upp hættulegar kletta, runnu niður brattar klettaveggi og forðuðust naumlega að falla í botnlausar gjár. Vindurinn öskraði eins og banshee og snjór þeytti í kringum þau, blindaði þau og ýtti þeim út á öfgar. Þau voru elt af vængjuðum verum sem Valerius hafði skapað – gróteskum steinsteypuskrímsli úr snúnum steini og málmi, augu þeirra brunnu af illgjörnum krafti.

Það var í þessari örvæntingarfullu, óreiðukenndu eftirför sem Elara gerði óvænta uppgötvun. Á stuttri stundu hvíldar, falin í þröngri sprungu, tók hún eftir lúmskum frávikum í orkusviði fjallsins – daufum, næstum ómerkjanlegum púls sem endurómaði takt Helix-fjöllanna. Þetta var falinn gangur, falinn í sjálfum vef fjallsins, leynileg flóttaleið sem aðeins Luminíumenn þekktu.

Með auknum skilningarvitum sínum leiddi hún Liam og Caius gegnum þennan falda göng, leynilegan slóð sem snýr sér um hjarta fjallsins og að lokum leiðir þá að fornum útgönguleið Luminíumanna

– falinn göng sem komu langt frá virkinu hjá Valerius, hulinn þéttum skógi.

Flótti þeirra var vitnisburður um seiglu þeirra, úrræðasemi og óhagganlegt hugrekki. Þeir höfðu staðið frammi fyrir ólýsanlegum hættum, sigrast á hindrunum sem virtust óyfirstíganlegar og forðast miskunnarlausan ofsækjara sem þekkti alla styrkleika þeirra og veikleika. En þeir höfðu lifað af, eining þeirra styrktist, ákveðni þeirra óhjákvæmilega hrætt. Þeir höfðu sloppið úr gildru Valerius, en bardaginn var langt frá því að vera búinn. Eftirförin var rétt að byrja. Sú hryllilega vitneskja að Valerius væri enn þarna úti, að skipuleggja næstu hreyfingu þeirra, hékk þung í fersku fjallaloftinu. Kapphlaupið til að vernda Helix og koma í veg fyrir þá hörmung sem Valerius reyndi að hleypa af stokkunum var langt frá því að vera lokið og flótti þeirra var aðeins fyrsta skrefið í mun stærri baráttu.

Kafli 4: Árekstrar á tindinum

Vindurinn öskraði dapurlegri sorgarljóð í kringum þá og þeytti snjóinn í blindandi æði. Fyrir framan þá, staðsettir á hættulegum tindi Öskufangsfjalls, stóð vígi Valeriusar – ekki hið mikla virki sem þeir höfðu búist við, heldur hópur af ísþöktum byggingum sem höfðu verið smíðaðar í flýti og héldust fast við næstum lóðrétta klettahlíðina. Þetta var gróft og grimmilegt vitnisburður um kærulausa metnað Valeriusar. Loftið sprakk af hrári orku, áþreifanlegum suð sem titraði í beinum þeirra. Þetta var ekki bara fjall; það var kraftasamstæða, deigla þar sem vísindi og dökkir galdrar áttust við í ógnvekjandi dansi.

Liam, andardráttur hans þokaði í köldu loftinu, lagaði gleraugun sín. „Hann er nær en ég hélt," sagði hann, röddin þvinguð gegn vindinum. „Og hann er ekki að fela sig." Bráðabirgða rannsóknarstofan, óreiðukennd hræring af málmgrindum, blikkandi ljósum og dularfullum táknum, var greinilega sýnileg frá sjónarhóli þeirra. Inni í húsinu hreyfðust verur eins og æstir skordýr, hreyfingar þeirra lýstar upp af óhugnanlegum bláum ljóma sem streymdi frá miðbyggingunni – grófu en öflugu tæki sem virtist hannað til að beisla orku Helix-geimsins.

Caius, fölur í framan en ákveðinn, lyfti höndunum og fingurgómar hans fylgdu daufu orkustraumana sem hvirfðust í kringum þær. „Helix-geimurinn... hann er hér. Hann er að reyna að... að ná krafti hans úr honum með valdi." Rödd hans barst blanda af lotningu og hryllingi. Hráa orkan sem streymdi frá rannsóknarstofunni var ólík öllu sem hann hafði nokkurn tímann rekist á – öflugur kokteill af tækni Luminiana og bönnuðum galdri, óstöðug blöndu sem hótaði að gera sjálfan fjallsbygginguna óstöðugan.

Elara, með hönd sína um Helix-verndargripinn, fann fyrir bæði ótta og ákveðni. Tengingin við gripinn var sterkari hér, á tindinum, hrár orkupúls sem ómaði við hennar eigin. Hún fann fyrir neyð Helix-fjallsins, kjarna hans þvingaðs og kvalinn af grófum aðferðum Valeriusar. Hún fann fyrir Valerius sjálfum, geisla af köldum illskuáhrifum sem gegnsýrðu loftið eins og eitrað gas. Hroki hans var áþreifanlegur, kæfandi þrýstingur sem hótaði að yfirbuga þá.

Uppgangan upp á tindinn var hættuleg, örvæntingarfull klifur yfir ísþakta kletta og hættulegar brekkur. Vindurinn hótaði að rífa þá af fjallshlíðinni og ísöldurnar kældu þá niður að beini. En þeir héldu áfram, knúnir áfram af örvæntingarfullri þörf til að stöðva Valerius áður en hann gæti leyst úr læðingi kraft Helix-fjallsins.

Þeir komust loksins að þröngum, snæviþöktum skarði sem lá beint að rannsóknarstofunni. Loftið hér var þykkt af lykt af ósoni og brennandi málmi, öflugur kokteill af vísindalegum tilraunum og óreiðukenndum galdri. Byggingin sjálf bar vitni um miskunnarlausa dugnað Valeriusar – grimmilega samruna af endurnýttri tækni Luminiana og bráðabirgðaíhlutum, allt haldið saman af hreinum viljastyrk og óþægilegri vanrækslu fyrir öryggi.

Inni var umhverfið kaotiskt. Ljósandi rúnir pulsuðu á veggjunum og vörpuðu óhugnanlegum bláum bjarma á hina æsilegu virkni. Valerius, klæddur í rannsóknarstofuslopp litaðan af undarlegum, seigfljótandi vökvum, stóð í hjarta aðgerðarinnar, andlit hans upplýst af púlsandi ljósinu. Hann virtist ómeðvitaður um komu þeirra, alveg niðursokkinn í vinnuna sína. Í kringum hann þutu fylgismenn hans, blanda af brjáluðum vísindamönnum og þungvopnuðum málaliðum, um, hreyfingar þeirra knúnar áfram af blöndu af ótta og ofstæki.

Liam hóf afvegaleiðingu. Hann notaði breyttan truflunarbúnað Luminiana – tæki sem hann hafði tekið úr einum af sjálfvirku varðmönnunum sem þeir höfðu rekist á – til að ofhlaða ytri aflgjafa rannsóknarstofunnar. Niðurstaðan var flóðbylgja neista og skammhlaupa, sem steypti bráðabirgða rannsóknarstofunni í augnabliksmyrkur.

Í ringulreiðinni sem fylgdi greip Caius tækifærið. Hann sleppti úr læðingi bylgju af truflunargaldri Luminians, flókinni röð galdra sem voru hannaðar til að bæla niður orkubylgjuna frá Helix um stund. Þetta var ekki algjör lokun, en það bauð upp á tækifærisglugga – stutta hvíld frá orkustraumnum.

Á meðan rannsóknarstofan var umlukin augnabliks ringulreið, færði Elara sig úr stað. Með því að nota tengingu sína við Helix reiddi hún sig um óreiðukennda völundarhúsið, skilningarvitin leiddu hana að kjarna tækis Valerius. Það var skelfilega gróft tæki, skrímsli úr snúnum málmi og glóandi kristöllum, en hrái krafturinn sem streymdi frá því var óumdeilanlegur. Hún fann orku Helix, veiklaða en samt öfluga, berjast gegn nauðungarútdrátt Valerius.

Myrkrið varði ekki lengi. Valerius, með augun brennandi af reiði, náði fljótt stjórn á sér og sendi frá sér orkuskot úr breyttum vopnum sínum. Bardaginn sem fylgdi var skelfilegur ballett vísinda og galdra, örvæntingarfull barátta gegn yfirþyrmandi líkum.

Liam réðst á handlangara Valerius og taktísk færni hans gerði honum kleift að yfirbuga þá og afvopna þá með ótrúlegri skilvirkni. Hann notaði umhverfið sér í hag og nýtti sér óreiðuástand rannsóknarstofunnar sér í hag. Hreyfingar hans voru fljótandi og nákvæmar, banvænn dans útreiknaðrar nákvæmni.

Caius svaraði töfraárásum Valerius, reisti orkuskildi og töfraði fram blekkingar til að rugla andstæðing sinn. Galdrar hans voru öflugir og nákvæmir, hver og einn hannaður til að trufla tilraunir Valerius til að beisla orku Helix. Loftið sprakk af töfraorku og árekstur krafta þeirra skapaði storm af dulrænni orku sem hótaði að gleypa alla rannsóknarstofuna.

Elara náði á meðan hjarta vélarinnar hans Valerius. Hún reyndi ekki að eyðileggja hana; hún vissi að það myndi losa um hörmulega orkubylgju. Í staðinn beindi hún tengingu sinni við Helix-ið og notaði innsæi sitt á orkueinkennum þess til að beina straumnum varlega áfram, hægt og rólega veikjandi tak Valerius.

Bardaginn endaði í örvæntingarfullri átökum milli Elara og Valerius. Hann réðst á hana, augu hans brunnu af hatursfullri ákefð, en hún mætti árás hans með rólegri og óhagganlegri einbeitni. Hún notaði orku Helix-iðsins, sem hún beindi í gegnum verndargrip sinn, til að skapa öflugt mótkraft, sem ýtti gegn örvæntingarfullum tilraunum hans til að stjórna valdi þess.

Baráttan var hörð, jafnt viljaárekstur og valdabarátta. En að lokum sigraði Elara. Henni tókst að slíta tengingunni milli vélar Valerius og Helix-iðsins, sem olli því að tækið sprakk og dó. Óhreina orkan sem hafði streymt um rannsóknarstofuna hjaðnaði og skildi eftir sig aðeins langvarandi suð. Valerius, sigraður og reiður, var máttlaus.

Með Valerius óvinnufæran og fylgismenn hans yfirbugaðir var yfirvofandi ógninni lokið. En bardaginn var langt frá því að vera unninn. Helix-hringurinn var veiklaður, orka hans tæmd og ógnin um endurkomu Valeriusar enn yfirvofandi. Þegar fyrstu geislar dögunarinnar brutust í gegnum snæþakin tindana og lýstu upp eyðilagða rannsóknarstofuna, vissu þeir að ferð þeirra var langt frá því að vera lokið. Baráttan um Helix-hringinn og örlög heimsins var rétt að byrja. Fjallið hélt niðri í sér andanum, eins og það væri að bíða eftir næsta atviki í þessari stórkostlegu baráttu. Vindurinn, nú logn, virtist hvísla viðvörun – áminningu um að hin sanna bardagi væri framundan.

Loftið sprakk af næstum óbærilegri spennu. Valerius, með andlitið afmyndað í grímu af trylltri einbeitingu, sleppti orkustraumi úr tæki sem líktist of stórum Tesla-spólu. Bláhvítir bogar af hráum krafti börðust út og skullu á bráðabirgðavarnargarðana sem Caius hafði reist með deyfandi dynk. Orkuskildirnir, sem glitruðu af tækni Luminiana, bognuðu og þvinguðust undan árásinni, verndandi áru þeirra blikkaði óstöðugt.

Liam, á meðan, var eins og hvirfilvindur hreyfingar. Hann forðaðist og sveiflaðist í gegnum haglélið af orkuskotum, hreyfingar hans óskýrar af útreiknuðum nákvæmni. Hann var ekki bara að berjast; hann stjórnaði sinfóníu stýrðs ringulreiðs. Með því að nota óstöðugan búnað rannsóknarstofunnar gegn herjum Valeriusar, hrundið hann af stað röð vandlega skipulögðra keðjuverkunar. Sprengingar skóku rannsóknarstofuna, sendu neistaflug og brak niður þegar hann skapaði afþreyingu og keypti dýrmætan tíma fyrir Caius og Elara.

Caius, með hrukkótt enni af einbeitingu, söng hraðar galdraraddir á gleymdu tungumáli, röddin lágt suðandi við bakgrunn sprenginganna. Hvert orð var vandlega valinn galdra, sem fléttaði saman varnargaldra sem var ætlað að sporna við sífellt óreglulegri árásum Valeriusar. Hann kallaði fram himneska skildi, glitrandi hindranir sem héldu aftur af verstu orkusprengingunum, en jafnvel hæfileikar hans voru ýttir út fyrir mörkin. Hrái krafturinn sem Valerius beitti var ólíkur öllu sem Caius hafði kynnst áður; það var hættulegur kokteill af tækni Luminiana, brenglaður og spilltur af dökkum galdri, langt umfram venjulega getu jafnvel færustu galdramanna Luminiana.

Elara var þó áfram lykillinn. Hún hreyfði sig með náð sem huldi hættuna, skilningarvit hennar stillt á púlsandi orku Helix. Hún sigldi í gegnum ringulreiðina, hver hreyfing hennar leidd af innsæi skilningi á samofnum kröftum sem voru að verki. Hún var ekki bara að berjast; hún var að stjórna fínlegum dansi, nákvæmri meðferð á þeirri orku sem knúði eyðileggjandi vélræði Valeriusar.

Árásir Valerius urðu sífellt æsilegri og örvænting hans jókst með hverri stundu. Hann var að missa stjórn, hráa orkan sem hann reyndi að beisla hótaði að yfirbuga hann. Andlit hans var þröngt af svita og óhreinindum, augu hans loguðu af villtri, oflætislegri orku. Hann var hljómsveitarstjóri á barmi hruns, ringulreið hans hótaði að gleypa hann.

Liam, með því að nota blöndu af tækni Luminians og eigin taktískri snilld, tókst að trufla aflgjafann að aðalvopni Valerius, sem olli því að Tesla-spólan sprakk og bilaði um stund. Þessi stutta hvíld gerði Caius kleift að leysa úr læðingi einbeitta bylgju af truflunargaldri Luminians, orkubylgju sem skall á varnir Valerius og veikti þær enn frekar.

Elara greip tækifærið og færði sig nær hjarta vélarinnar hans Valerius. Hún rétti út höndina, hönd hennar sveif yfir pulsandi kristal – tengipunkti vanheilagrar sköpunar Valerius. Hann pulsaði af illgjörnum krafti, áþreifanlegri birtingarmynd metnaðar og grimmdar Valerius. En hún var ekki hrædd. Hún fann dauft hvísl Helix-verndarinnar, beiðni um lausn, dauft bergmál af eigin eðlislægri gæsku sem barðist við að losna úr greipum Valerius.

Með djúpum andardrætti beindi Elara orku Helix-verndarinnar, einbeitti ásetningi sínum, vilja sínum, sjálfri veru sinni í einbeitta geisla af hreinni, óspilltri orku. Þetta var ekki eyðileggjandi kraftur; þetta var blíður en samt ákveðinn mótpunktur, lúmsk endurbeining á óreiðukennda kraftinum sem hvirflaðist í kringum hana. Hún var ekki að ráðast á Valerius; hún var að leysa úr flækjum sköpunar hans, slíta varlega tengslin milli Helix-verndarinnar og vélarinnar.

Valerius öskraði af gremju, andlit hans afmyndað í grímu af hreinni reiði. Hann sendi frá sér aðra orkuskot, en Elara var staðföst, einbeiting hennar óhagganleg. Orka Helix, mögnuð af tengingu hennar við hana, skapaði glitrandi skjöld sem afstýrði árásunum auðveldlega. Þetta var ekki mótvægisaðgerð með hörku; þetta var stefnumótandi hreyfing, lúmskur orkudans sem ýtti gegn yfirþyrmandi krafti Valerius.

Hámarkið kom ekki í einni, sprengifimri átökum, heldur í röð samofinna átaka. Liam hleypti af stað röð vandlega skipulögðra sprenginga, sem vöktu athygli Valerius og neyddu hann til að beina orku sinni frá öðrum. Caius greip tækifærið, leysti úr læðingi flókna röð galdra, skapaði blekkingar og færði orkusvið til að rugla Valerius og eftirlifandi fylgismenn hans. Elara hélt á meðan áfram verki sínu og veikti hægt en örugglega tengslin milli Helix og vélarinnar.

Síðasta stundin rann upp með lúmskri breytingu á orkusviðinu. Suðið í vélinni dofnaði, stúttaði og dó síðan út með síðasta, aumkunarverða væli. Bláhvíti ljóminn sem hafði lýst upp rannsóknarstofuna dofnaði og eftir stóð aðeins þögn, sem aðeins var rofin af óstöðugum öndunarerfiðleikum hinna úrvinda bardagamanna. Óhreina orkan sem hafði streymt um rannsóknarstofuna dofnaði og skildi eftir sig áþreifanlega létti.

Valerius féll niður, líkami hans hrjáður af þreytu og ósigri. Mikil metnaður hans, kærulaus valdaleit hans, hafði verið brotin. Orkan sem hafði knúið drauma hans lá nú í dvala, möguleiki hennar á tortímingu óvirkjaður af sameinuðum styrk Elöru, Liams og Caiusar.

Sigur þeirra var hins vegar bitursætur. Helix-fjöllunum var veiklað, orka þeirra tæmd af grimmum tilraunum Valeriusar til að stjórna þeim. Rannsóknarstofan lá í rústum, vitnisburður um eyðileggingargetu óheftrar metnaðar. Og þótt Valerius væri sigraður, var ógnin um endurkomu hans, eða framkomu annarra með svipaða metnað, mikil. Orrustan á tindinum var lokið, en stríðið var rétt að byrja. Þegar þeir fóru niður fjallið þröngvaði ábyrgð þeirra á þeim – örlög heimsins hvíldu á herðum þeirra, þung byrði sem þeir voru staðráðnir í að bera. Þögn fjallsins virtist enduróma af ósagðri loforði um framtíðarbardaga, kælandi áminning um langa og erfiða veginn framundan. Heimurinn, ör en ekki brotinn, hélt niðri í sér andanum og beið eftir að sjá hvað framtíðin bar í skauti sér.

Þögnin eftir hrun vélarinnar var þunguð af ósagðri spennu. Loftið, þykkt af ósonslykt og brenndu málmi, fannst undarlega kyrrt eftir orkustríð sem hafði nýlega hjaðnað. Valerius lá hníginn upp við snúnar leifar Tesla-spólunnar sinnar, andardráttur hans kom í óreglulegum köflum, í mikilli andstæðu við hrokafulla sjálfstraustið sem hann hafði útstrálað augnablikum áður. Liam, Caius og Elara, þótt úrvinda, stóðu kyrr, vakandi fyrir öllum merkjum um endurnýjaða árásargirni. En engin.

Þá ómaði lágt suð frá kjarna rannsóknarstofunnar, djúpur, hljómmikill titringur sem virtist koma frá hjarta fjallsins sjálfs. Þetta var ekki örvæntingarfull, kaotisk orka vél Valeriusar; þetta var eitthvað annað, eitthvað fornt og öflugt. Loftið glitraði, ekki af hráum, eyðileggjandi krafti tækni Luminians, heldur af mjúkum, eterískum ljóma sem púlsaði með næstum mildum takti. Skemmdi kristalspiralinn, sem lá óvirkur mitt í brakinu, byrjaði að glóa, hliðar hans náðu og endurspegluðu undarlega ljósið.

Hlýjubylgja skolaði yfir Elara, huggandi nærvera sem róaði aumum vöðvum hennar og létti á spennunni í huga hennar. Hún fann tengingu, djúpa ómmynd við kristalinn, tilfinningu fyrir sameiginlegum skilningi sem var langtum meira en orð. Það var eins og Helixinn sjálfur væri að rétta út hönd, tjá þakklæti, bjóða upp á huggun. Kristallinn púlsaði aftur, að þessu sinni með meiri krafti, ljós hans varð bjartara og varpaði dansandi skuggum yfir hina eyðilögðu rannsóknarstofu. Úr djúpi hans fóru flókin ljósmynstur að birtast og vefa sig saman í flókið, glitrandi orkuteppi.

Þetta var ekki bara óvirk viðbrögð; þetta var virk vörn. Ljósmynstrin sameinuðust í glitrandi, himneska skildi, sem vöfðu þríeykið í verndandi hjúp af töfraorku. Skildirnir voru ekki stífar hindranir; þeir voru fljótandi, aðlöguðust breytingum á orku í kringum sig, gleyptu og beindi árásum með ótrúlegri nákvæmni. Eftirstandandi handlangarar, enn ringlaðir af ringulreiðinni, hrasuðu áfram, með vopnin uppi. En áður en þeir gátu jafnvel reynt árás brugðust skildirnir við og beygðu vopn sín með varla heyranlegu suði.

Orkuskildirnir voru ekki bara varnarlegir; þeir voru líka endurnærandi. Mjúk orkubylgja streymdi frá Helix, skolaði yfir þrjá, lagaði minniháttar meiðsli og fyllti á tæmda orkuforða þeirra. Liam fann þreytuna hverfa úr útlimum hans, daufa verki í vöðvum hans kom í staðinn fyrir bylgju af endurnærandi orku. Caius, með andardrátt enn ójafnan, fann álagið hverfa úr röddinni, hálsinn ekki lengur hrjúfur eftir áreynslu galdra sinna. Elara, sem fann djúpa tengingu við Helix, skildi uppsprettu þessarar undraverðu lækninga.

Helix, á sinn hátt, barðist á móti. Það var ekki bara óvirk orkugjafi; það var vitundarvera, fær um að bregðast við, verjast og jafnvel lækna. Uppljóstranin var bæði óvænt og ógnvekjandi. Hún endurskilgreindi skilning þeirra á gripnum og víkkaði skilning þeirra á hæfileikum hans langt umfram það sem þau höfðu áður ímyndað sér. Helix var ekki bara öflug orkugjafi; það var verndari, verndari, vitundarvera með sinn eigin vilja og sjálfræði.

Verndandi skildir púlsuðu með sama blíða takti og Helix, eterískur ljómi þeirra magnaðist þegar fylgismennirnir héldu áfram hikandi framrás sinni. Skildirnir héldu árásum þeirra frá með áreynslulausri vellíðan, hreyfingar þeirra mjúkar og nákvæmar, hver viðureign reiknuð til að lágmarka skaða og hámarka skilvirkni. Þetta var stórkostleg sýning á dularfullri vörn, þögul vitnisburður um kraft Helix. Fylgismennirnir, sem upphaflega voru hvattir af virtist sigri á Valerius, fundu sig standa frammi fyrir óyfirstíganlegri hindrun. Árásir þeirra voru tilgangslausar, vopn þeirra gátu ekki brotist í gegnum órjúfanlegar hindranir.

Þegar handlangararnir hikuðu fór ljómi Helix-hreyfingarinnar að dofna og glitrandi skildirnir bráðnuðu smám saman. Orkan sem fór í vörnina var töluverð; kristallinn púlsaði veikt, eins og hann væri þreyttur af áreynslunni. En sýningin var skýr. Helix-hreyfingin var ekki bara verkfæri til að beita; hún var bandamaður, öflug vera sem var fær um að verja sig og þá sem tengdust henni. Þessi óvænta íhlutun, þessi sýning á meðvitund Helix-hreyfingarinnar, breytti gangi átakanna algjörlega.

Eftirstandendurnir, sem áttuðu sig á tilgangsleysi árása sinna og skynjuðu breytinguna í sjávarföllunum, fóru að hörfa, hreyfingar þeirra hikandi og óskipulagðar. Þeir voru ekki lengur knúnir áfram af æstri metnaði Valeriusar; leiðtogi þeirra var sigraður og uppspretta valds þeirra hafði, að því er virtist, snúist gegn þeim. Þyngd ósigursins var áþreifanleg, þungur skikkja örvæntingar lagðist yfir þá er þeir flýðu til að flýja.

Eftirköstin voru vettvangur eyðileggingar og lotningar. Rannsóknarstofan, sem eitt sinn var tákn um metnaðarfullar áætlanir Valeriusar, var nú rúst, þakin rústum misheppnaðrar tilraunar hans. Samt sem áður, mitt í eyðileggingunni, ríkti tilfinning um hljóðlátan sigur. Máttur Valeriusar hafði verið brotinn, ekki aðeins vegna sameiginlegs átaks Liam, Caiusar og Elara, heldur einnig vegna óvæntrar íhlutunar Helix sjálfs. Kristallinn, sem nú glóaði dauft, púlsaði með hljóðlátum krafti, áminning um þann gífurlega kraft sem hann hafði, kraft sem hann var tilbúinn að deila með þeim sem hann taldi verðugan.

Elara nálgaðist kristalinn og rétti út varfærna hönd. Kristallinn púlsaði hlýlega í svari, þögul kveðja, fullvissu um tengsl þeirra. Hún fann djúpa þakklætistilfinningu, ekki aðeins fyrir vernd Helix-sins, heldur fyrir óvænt samstarf þess. Þetta var meira en bara orrusta unnin; þetta var samstarf sem smíðað var, band sem myndaðist í deiglu átaka. Vitundarríkt eðli Helix-sins, sem áður hafði aðeins verið gefið í skyn, var nú óumdeilanlegt og bætti nýju og forvitnilegu lagi við leyndardóminn í kringum uppruna þess og tilgang.

Sigur þeirra var langt frá því að vera fullkominn. Heimurinn stóð enn frammi fyrir mörgum ógnum og ógnin sem stafaði af Valerius, eða þeim sem líktust honum, var enn mjög raunveruleg. En óvænt inngrip Helix-sins, óvænt sýning þess á vitundarríkni og verndarmætti, gaf þeim nýja von, nýjan bandamann í baráttu þeirra. Þetta var vendipunktur, ekki aðeins í þessari tilteknu átökum, heldur í stærri baráttu sem framundan var. Þyngd ábyrgðarinnar, byrði þess að vernda heiminn, var enn til staðar, en nú stóðu þau ekki frammi fyrir henni ein. Þau höfðu Helix-inn, vitundarríkan verndara, sem barðist við hlið þeirra. Þögull púls kristalsins, daufur taktfastur hjartsláttur í hjarta fjallsins, var huggandi áminning um þetta nýfundna bandalag, loforð um stuðning í orrustunum sem enn áttu eftir að koma. Stríðið var langt frá því að vera búið, en öldurnar höfðu snúist við, þökk sé óvæntri hetjuskap Helix sjálfs. Niðurferðin af tindinum var minna hörfun og frekar stefnumótandi endurskipulagning, endurnýjuð ganga fram á við með nýfundinn bandamann sér við hlið, tilbúinn að takast á við hvaða áskoranir sem framtíðin bar í skauti sér. Heimurinn, barinn en ekki brotinn, beið næstu skrefa þeirra, örlög hans nú samofin dularfullum, verndandi krafti kristal Helix.

Suðið magnaðist og ómaði í gegnum brotnar leifar rannsóknarstofu Valeriusar, mótvægi við hrjúfa andköfin sem sluppu af vörum hans. Augun hans, sem áður höfðu logað af ofsafenginni orku, voru nú dauf og endurspegluðu eyðilegginguna í kringum hann. Tesla-spólan, hans stórvirki, lá í brengluðum, reykende rústum, minnismerki um hörmulegt mistök hans. Hann hafði reynt að stjórna Helix, beisla krafti hans í eigin illgjörnum tilgangi, en þessi forni gripur hafði reynst miklu seigari, miklu meðvitaðri en hann hafði nokkurn tíma ímyndað sér. Hrokafullur metnaður hans hafði orðið honum að falli.

Liam, Caius og Elara horfðu á hann, þreyta þeirra gleymd um stund í kjölfar ólíklegs sigurs þeirra. Loftið sprakk af leifum orku, áþreifanlegt vitnisburður um valdabaráttuna sem var nýlokið. Valerius, eitt sinn óstöðvandi kraftur tækni Luminians, var nú brotinn, fallinn títan minnkaður í aumkunarverðan hrúgu af hroka og brostnum draumum.

Fall hans var ekki einfalt ósigur í líkamlegri baráttu; það var hrun allrar heimsmyndar hans. Valerius trúði á algjöra yfirburði vísinda Luminians, á óhagganlegan kraft tækniframfara. Hann hafði afsannað dulræna og töfrandi þætti sem einungis hjátrú, frumstæðar leifar liðinnar tíma. Helix, með óvæntri vitund sinni og öflugri töfravörn, hafði brotið niður þá trú og afhjúpað takmarkanir hreinnar vísindalegrar nálgunar hans. Hann hafði reynt að sigra náttúruna, beygja hana að vilja sínum, en náttúran, sem birtist í fornum krafti Helix, hafði barist á móti af grimmd sem kom jafnvel þeim sem höfðu orðið vitni að möguleikum hennar á óvart.

Hroki hans hafði blindað hann fyrir þeirri áhættu sem fylgdi tilraunum hans. Hann hafði ýtt við mörkum, hunsað viðvaranir og hunsað siðferðileg sjónarmið í óþreytandi leit sinni að völdum. Hann hafði ekki meðhöndlað Helix sem samstarfsaðila, ekki sem hugsanlega vitsmunaveru, heldur sem einungis verkfæri, leið til að ná markmiði. Vanræksla hans á eðli gripsins hafði verið hvati að falli hans. Vélin, sem var hönnuð til að nýta Helix, hafði í staðinn orðið leiðsla fyrir kraft hennar, vopn sem snerist gegn skapara sínum.

Ógleðisbylgja gekk yfir Valerius þegar hann reyndi að setjast upp, sársaukinn skarst í gegnum þegar illa farinn líkama hans. Vandlega útfærðar áætlanir hans, áralangar rannsóknir, draumar hans um yfirráð yfir heiminum – allt varð að ösku á augabragði. Þyngd mistaka hans þrýsti á hann, þung byrði sem hótaði að kæfa hann. Hann hafði vanmetið Helix, vanmetið kraft náttúrunnar og síðast en ekki síst, hann hafði vanmetið seiglu mannsandans.

Liam nálgaðist varlega, augnaráð hans óhagganlegt. Hann fann ekki fyrir sigri, aðeins þreytulegri létti. Baráttan hafði verið grimmileg, bæði líkamlega og tilfinningalega erfið. Hann sá í Valerius ekki sigraðan óvin, heldur viðvörunarsögu, skýra viðvörun um hætturnar sem fylgja óheftri metnaði. Svipbrigði Valerius, oftast stíf af hroka, voru nú merkt með ósigri og örvæntingu, hryllileg áminning um afleiðingar gjörða hans.

„Það var ekki vélin sem sigraði þig, Valerius," sagði Liam lágt og stöðugt, „það var þinn eigin hroki."

Valerius hóstaði, skröltandi hljóð sem ómaði í eyðilegu rannsóknarstofunni. Hann leit upp til Liam, augu hans laus við fyrri eld sinn, í staðinn kom ásækjandi tómleiki. Hann rann upp fyrir honum, kaldur, harður sannleikur sem skarst í gegnum þokuna af blekkingu metnaðar hans. Hann hafði leikið Guð og með því hafði hann valdið eigin tortímingu.

Caius, fölur en ákveðinn í framan, steig fram. Venjulegt sjálfstraust hans var mildað af djúpri þreytu. Hann skoðaði brotnar leifar Tesla-spólunnar, skarpar augu hans rekja brautir brunnu víra og brotinna íhluta. Hann skildi vísindin á bak við hana, flókna aflfræði, flókið samspil orku, en hann skildi líka takmörk hreinnar vísindalegrar skilnings. Mistök Valeriusar voru lexía í auðmýkt, áminning um að vísindin, þrátt fyrir allan sinn kraft, gætu ekki sigrað allt. Það voru miklu eldri kraftar, miklu öflugri, sem voru handan skilningssviðs hans.

Elara, með tengsl sín við Helix enn dauflega undir húðinni, stóð þögul og horfði á Valerius. Hún sá ekki aðeins fall manns, heldur hrun hættulegrar hugmyndafræði. Trú Valeriusar á algjöra yfirráð tækninnar, vanvirðing hans fyrir dulrænu og töfrandi, hafði að lokum leitt til tortímingar hans. Helix, í hljóðlátri, verndandi íhlutun sinni, hafði ekki aðeins varið þá heldur einnig þjónað sem öflug mótvægi við heimspeki Valeriusar, sýning á krafti eðlislægra töfra náttúrunnar.

Þögnin teygði sig, aðeins rofin af einstaka vatnsdropa úr sprunginni pípu, taktfastu suðinu frá nú sofandi Helix og hrjúfum öndunarerfiðleikum Valeriusar. Þyngd sigursins og gríðarlegur flótti þeirra lagðist yfir þá, þungur skikkju ofinn af þreytu og dvalandi lykt af ósoni og brenndu málmi. Loftið iðaði af eftirskjálftum bardagans, áminning um hættulega leið sem þeir höfðu gengið og hina svikullegu ferð sem beið þeirra. Þeir höfðu sigrað Valerius, en baráttan um framtíðina var langt frá því að vera búin.

Valerius, sigraður og niðurbrotinn, veitti enga mótspyrnu þegar yfirvöldin komu á vettvang, kölluð til af neyðarkallsmerki sem enn virkaði. Metnaður hans, draumar hans um völd, höfðu hrunið og skilið eftir aðeins brak misheppnaðrar tilraunar hans og hryllilegan lærdóm fyrir alla sem þorðu að ögra jafnvægi náttúrunnar með blindri hroka. Niðurferðin af tindinum hófst, en það var niðurferð sem einkenndist ekki af ósigri, heldur af nýfundinni skilningi á viðkvæmu jafnvægi milli vísinda og galdra, milli metnaðar og auðmýktar, og óvæntum bandalögum sem hægt var að mynda í deiglu átaka. Þeir höfðu staðið frammi fyrir ógnarmiklum óvini og höfðu sigrað, ekki eingöngu með hörku afli, heldur með blöndu af kunnáttu, hugrekki og óvæntri aðstoð vitsmunalegs verndara. Ferðalagið var langt frá því að vera búið, en þeir gengu áfram, styrktir af sigri sínum og leiddir af kyrrlátum púlsinum í Helix, óvæntum bandamanni þeirra í hjarta fjallsins. Heimurinn beið og þeir voru tilbúnir.

Þyrluferðin niður var furðu hljóðlát. Adrenalínið sem hafði knúið áfram örvæntingarfulla baráttu þeirra gegn Valerius hafði dofnað, í staðinn kom djúp þreyta sem settist í bein þeirra eins og blý. Liam, alltaf raunsæismaður, fór yfir atburðina í huga sér, greindi aðferðir þeirra, benti á veikleika og tók eftir sviðum til úrbóta. Þrátt fyrir þreytu sína teiknaði Caius af miklum áhuga í litla minnisbók og skráði flækjur eyðilagðrar Tesla-spólunnar, hugur hans þegar fullur af möguleikum til framtíðarrannsókna – rannsókna sem án efa yrðu leiddar af nýfundinni virðingu fyrir ófyrirsjáanlegum krafti Helix-geimsins. Elara var hins vegar undarlega þögul, augun föst á hörfandi fjallstindinum, fingur hennar fylgdu eftir daufri, dvalandi hlýju á húð sinni þar sem orka Helix-geimsins hafði snert hana.

Þögnin var ekki vandræðaleg, ekki beint. Hún var frekar eins og afleiðing storms, tímabil rólegrar íhugunar áður en næsta bylgja áskorana skall á. Það var í þessari kyrrlátu íhugun sem raunveruleg þýðing sigurs þeirra fór að renna upp fyrir þeim. Þetta snerist ekki bara um að sigra Valerius; Þetta snerist um hvernig þeir höfðu sigrað hann.

„Veistu," rauf Caius loksins þögnina, röddin lág og hugsi, „hroki Valeriusar snerist ekki bara um að ofmeta eigin hæfileika. Hann snerist um að hann neitaði að vinna saman, að sjá gildið í öðrum sjónarhornum."

Liam kinkaði kolli, augun enn fjarlæg, og mundi eftir afskiptalausum hæðnislegum svipbrigðum Valeriusar í hvert skipti sem einhver hafði lagt til samvinnuaðferð. „Hann trúði á algjöra yfirburði eigin aðferða. Hann neitaði að sjá takmörk vísindalegrar nálgunar sinnar, blindur fyrir styrkleika annarra fræðigreina. Hann tókst ekki að viðurkenna kraft samverkunar."

Elara, með mjúka rödd, bætti nýju lagi við greiningu þeirra. „Hann vanmat ekki bara galdra; hann hafnaði þeim virkan. Hann leit á þá sem hindrun, frumstæða hjátrú sem átti engan stað í hans tæknilega háþróaða heimi. Hann viðurkenndi ekki styrkleika dulspekinnar, innsæis og eðlishvötar, sem er það sem við gátum nýtt okkur í hag."

Umræða þeirra varpa ljósi á sannleika sem hafði verið falinn undir adrenalínlögum og ótta: sigur þeirra var ekki eingöngu vegna einstaklingsbundinna hæfileika. Taktísk snilld Liams, vísindaleg skilningur Caius og einstök tengsl Elaru við Helix – þetta voru allt mikilvægir þættir, en þeir voru aðeins árangursríkir vegna þess að þeir höfðu unnið saman og bætt styrkleika hvers annars upp. Stefnumótandi hugsun Liams hafði skapað rammann fyrir aðgerðir þeirra og leitt þá gegnum völundarhúsganga rannsóknarstofu Valerius. Djúpur skilningur Caius á tækni snerist þó ekki bara um að taka í sundur Tesla-spóluna; hann snerist um að skilja veikleika hennar, um að bera kennsl á veikleika sem stefna Liams gat nýtt sér. Tengsl Elöru við

Helix-ið þjónuðu hins vegar bæði sem upplýsingagjafi og öflugt vopn, sem gerði þeim kleift að sjá fyrir hreyfingar Valeriusar, bregðast hratt við árásum hans og að lokum beina verndarorku Helix-iðs gegn honum.

Þetta var þó ekki bara summa einstaklingshæfileika. Þetta var samverkun, sameinaður kraftur sem var miklu meiri en summa hlutanna. Munurinn á þeim varð styrkur þeirra; einstök sjónarmið þeirra, andstæðar aðferðir við lausn vandamála - allt þetta stuðlaði að velgengni þeirra. Hagnýt og taktísk hugsun Liams bætti við fræðilega og vísindalega snilld Caiusar, á meðan innsæi Elöru í dulspeki brúaði bilið á milli þeirra og veitti innsýn sem hvorki Liam né Caius hefðu getað aflað sér. Samstarf þeirra var vitnisburður um kraft einingar, sýnikennsla á því hvernig fjölbreytt sjónarmið, ásamt gagnkvæmri virðingu, gætu áorkað því sem enginn einn einstaklingur gat áorkað.

Kraftur samvinnu var ekki lengur bara heimspekilegt hugtak fyrir þau; það var lifunarstefna sem þau höfðu ósjálfrátt notað í örvæntingarfullri átökum sínum við Valerius. Þau höfðu staðið frammi fyrir óyfirstíganlegum erfiðleikum og það var aðeins með óaðfinnanlegu samstarfi þeirra, sameiginlegum skilningi og vilja til að treysta hvert öðru að þau höfðu getað sigrast á slíkum óyfirstíganlegum hindrunum. Þetta var lexía sem þau lærðu í deiglu átaka, lexía sem var grafin í minningar þeirra eins óafmáanlega og örin á líkama þeirra.

Þegar þyrlan lækkaði lengra og skildi eftir sig hættulegar hæðir tindsins, fór Liam að lýsa velgengni þeirra á áþreifanlegri hátt. „Við komum öll með einstaka hæfileika og reynslu," sagði hann og rödd hans tók á sig mældan tón stefnumótunarmanns. „Bakgrunnur minn í hernaðarstefnumótun gerði mér kleift að greina áætlanir Valeriusar, spá fyrir um hreyfingar hans og búa til bardagastefnu sem myndi vinna gegn styrkleikum hans en jafnframt nýta veikleika hans. Sérþekking Caiusar á tækni gaf okkur innsýnina sem við þurftum til að skilja flækjur Tesla-spólunnar, bera kennsl á veikleika hennar og hanna áætlun til að gera hana óvirka án þess að valda hörmulegri orkubylgju."

Caius kinkaði kolli og bætti við eigin sjónarhorni. „Og Elara," sagði hann og röddin full af nýfundinni virðingu, „tenging þín við Helix gerði okkur kleift að sjá fyrir gjörðir Valeriusar, skilja hvatir hans og nota verndarmátt Helix til að verja okkur. Án þessarar tengingar, án skilnings þíns á gripnum, hefðum við verið alveg týnd."

Elara, enn hljóð, brosti lágværlega. „Þetta var ekki bara tenging mín við Helix," svaraði hún mjúklega. „Þetta var líka vilji okkar til að treysta dómgreind hvers annars, að hlusta á sjónarmið hvers annars, jafnvel þegar þau virtust stangast á við hvort annað. Valerius brást vegna þess að hann gat ekki sætt sig við að önnur sjónarmið gætu verið verðmæt, að aðrar aðferðir gætu verið áhrifaríkari. Hybris hans snerist ekki bara um vísindalegan hroka hans. Það snerist um algjört virðingarleysi hans fyrir samvinnu."

Þessi stund, sem var á milli hins hörmulega flótta og óvissu framtíðarinnar, varð mikilvægur vendipunktur fyrir þau. Hún markaði ekki aðeins ósigur yfir ógnvekjandi óvini heldur einnig skilning á djúpstæðum sannleika: krafti samvinnu. Þau höfðu ekki aðeins lifað af; þau höfðu uppgötvað styrk sem var miklu meiri en nokkur einstaklingsbundin færni eða hæfileiki gæti nokkurn tímann náð.

Borgarljósin dreifðust fyrir neðan þau eins og dreifðir gimsteinar, kærkomin sjón eftir hið grjótharða, miskunnarlausa landslag tindsins. Þau höfðu verið reynd til hins ýtrasta, bæði líkamlega og tilfinningalega, en í djúpi þreytunnar uppgötvuðu þau djúpa seiglu, sameiginlega tilfinningu fyrir árangri sem fór fram úr einstaklingsbundnum sigrum.

Samvinnuandi þeirra náði lengra en vígvöllurinn; Þau voru teymi, ekki aðeins í baráttunni fyrir lífi sínu heldur einnig í víðtækari verkefni að skilja Helix og vernda það gegn þeim sem reyndu að misnota vald þess. Þau ræddu afleiðingar uppgötvunar sinnar: hvernig gætu þau beitt krafti samvinnu til að takast á við framtíðarógnir, hvernig gætu þau komið á fót kerfi sem efldi fjölbreytt sjónarmið og virðulega samræður?

Samtalið hélt áfram langt fram á nótt, knúið áfram af koffíni og sameiginlegri tilgangsskynjun. Þau voru nú ekki bara einstaklingar, heldur hópur, þar sem hver meðlimur lagði sitt af mörkum til heildarinnar, styrkleikar þeirra styrktu hvor annan til að skapa kraft sem var öflugri en nokkur einstakur einstaklingur. Þetta var opinberun sem náði langt út fyrir þeirra eigin reynslu, lexía sem hafði víðtækari áhrif og lofaði framtíð þar sem samvinna yrði ekki bara stefna, heldur leiðarljós. Árangurinn á leiðtogafundinum var ekki bara sigur gegn illmenni heldur vitnisburður um kraft sameiginlegrar hugsunar, gagnkvæma virðingu og skilning á því að mikilvægustu afrekin eru oft sprottin af samverkun ólíkra huga. Heimurinn beið og þau voru tilbúin, sameinuð og styrkt, tilbúin að takast á við framtíðina saman. Ferðalagið var langt frá því að vera búið, en þau voru tilbúin, vopnuð ekki aðeins hæfileikum sínum heldur einnig nýfundinni skilningi á sameiginlegum styrk sínum, ógnarkrafti samvinnu.

Kafli 5: Leyndarmál afhjúpuð

Þyrlan lækkaði, borgarljósin dofnuðu í glitrandi veggteppi fyrir neðan. Adrenalínið hafði seytlað burt, í staðinn kom djúpstæð þreyta sem hékk í þeim eins og önnur húð. Þrátt fyrir þreytuna ómaði lágvær spenna undir yfirborðinu. Orrustan var unnin, Valerius sigraður, en hinn sanni sigur, áttaði Elara sig á, fólst ekki bara í því að þau lifðu af heldur einnig í þeim djúpa skilningi sem þau höfðu öðlast.

Það var ekki bara niðurrif Tesla-spólunnar hjá Valerius eða snilld stefnumótandi áætlunar Liams. Það var eitthvað dýpra, eitthvað sem ómaði í kjarna hennar. Þegar hún horfði út á víðáttumikið borgarmyndina, var hlýja Helix-myndarinnar enn dauf bergmál á húð hennar, djúpstæð skilningur skolaði yfir hana. Gripurinn var ekki bara uppspretta orku; hann var leiðsla, brú milli tveggja að því er virtist ólíkra heima.

Elara skildi að Helix-myndin var ekki bara tæknilegt undur eða dulrænn verndargripur. Hún var hvort tveggja, og hvorugt, vitnisburður um meðfædda samtengingu vísinda og galdra, skynsemi og innsæis. Valerius, í hrokafullri leit sinni að hreinni vísindalegri yfirráðum, hafði misst af þessum mikilvæga sannleika. Hann hafði reynt að stjórna krafti Helix-þráðarins, að beygja hann að sínum vilja, án þess að taka tillit til hinna fínlegu orku, innsæis sem var nauðsynleg til að opna fyrir raunverulega möguleika hans. Hann hafði reynt að greina hann, að skilja hann eingöngu í gegnum linsu vísindalegrar aðferðafræði sinnar, án þess að taka tillit til þeirra innbyggðu töfra sem voru ofnir í sjálfan vef hans.

Elara hafði hins vegar nálgast þetta á annan hátt. Tengsl hennar við gripinn voru ekki eingöngu huglæg; það var innsæisskilningur, tilfinning, ómun sem fór út fyrir mörk rökréttrar hugsunar. Þetta var skilningur sem ekki fæddist úr jöfnum og formúlum, heldur úr djúpri, næstum innri tengingu, tilfinningu fyrir sátt og jafnvægi. Hún skildi nú að Helixinn var ekki ætlaður til að vera stjórnaður; hann var ætlaður til að vera skilinn, til að vera virtur. Hann var náttúruafl, jafn öflugur og óútreiknanlegur og fellibylur, jafn viðkvæmur og himneskur og vængur fiðrildis. Hann krafðist virðingar, ekki yfirráða.

Þessi skilningur var ekki skyndileg hugleiðsluuppgötvun; hún var hámark óteljandi klukkustunda sem hún eyddi í hugleiðslu með Helixinum, að taka upp fíngerða orku hans, finna púls hans, takt hans, fíngerða titring. Þetta var smám saman afhjúpun leynilegs tungumáls, hvíslað samtal milli gripsins og sálar hennar. Þetta var ferli uppgjafar, vilji til að sleppa fyrirfram ákveðnum hugmyndum sínum, að leyfa sér að láta innsæi og eðlishvöt leiða sig. Þetta snerist um að viðurkenna tilvist krafta handan við svið vísindalegrar skýringar, krafta sem voru ekki minna raunverulegir eða minna öflugir einfaldlega vegna þess að ekki var hægt að mæla þá eða magngreina þá.

Þetta snerist ekki bara um Helix sjálfan. Það snerist um víðtækari afleiðingar skilnings hennar, möguleikann á byltingu í vísindalegri hugsun, hugmyndabreytingu sem gæti endurmótað heiminn. Í aldaraðir höfðu vísindi og galdrar verið litið á sem andstæð öfl, föst í stöðugri baráttu um yfirráð. Valerius var ímynd þessarar átökar, sem reyndi að kúga dulspeki með krafti vísindanna. En tengsl Elöru við Helix afhjúpuðu annan sannleika: sannleika um sátt, samþættingu, um öfluga samlegðaráhrif sem hægt væri að ná með því að brúa bilið milli þessara tveggja að því er virtist ólíkra ríkja.

Þessi nýja skilningur fór lengra en hagnýtar afleiðingar þess að nýta kraft Helix. Hann endurskilgreindi eðli þekkingar sjálfrar. Stífu mörkin sem höfðu lengi aðskilið vísindi og galdra, skynsemi og innsæi, voru nú að molna fyrir augum hennar. Hún sá takmarkanir hreinnar rökréttrar nálgunar, hætturnar sem fylgdu því að hunsa hið innsæislega, hið dulræna og hið óútskýranlega. Hún skildi að sönn þekking spratt af heildrænni nálgun, af því að faðma bæði hið áþreifanlega og hið óáþreifanlega, hið vísindalega og hið andlega.

Hún áttaði sig á því að Helix-ið væri myndlíking fyrir alheiminn sjálfan – flókið samspil virtist mótsagnakenndra krafta, viðkvæmt jafnvægi milli ringulreið og reglu, ljóss og myrkurs, vísinda og galdra. Mistök Valeriusar lágu í vanhæfni hans til að skynja þessa samtengingu, í því að hann neitaði að viðurkenna gildi sjónarmiða utan þröngs vísindalegs ramma síns. Hann sá aðeins möguleika á stjórn, loforð um yfirráð, sem blindaði hann fyrir eðlislægum fegurð og krafti jafnvægis.

Skilningur Elaru á Helix-inu náði langt út fyrir efnislega eiginleika þess. Hún skynjaði getu þess til að lækna, næra og innblása. Það var kraftur sem gat ekki aðeins ummótað efnisheiminn heldur einnig meðvitund mannkynsins sjálfs. Möguleikinn á slíkri umbreytingu var bæði spennandi og skelfilegur. Krafturinn til að lækna plánetuna, leysa hnattrænar kreppur, fara yfir takmarkanir mannlegs skilnings var innan seilingar þeirra. En með slíkum krafti fylgdi gríðarleg ábyrgð. Misnotkun þessarar tækni, eins og Valerius hafði svo sorglega sýnt fram á, gæti haft skelfilegar afleiðingar.

Þessi nýfundna innsýn fyllti Elaru tilgangsskynjun, ákveðni til að beina notkun krafts Helix-sins í átt að bjartari framtíð. Þetta var ábyrgð sem hún var tilbúin að takast á við, byrði sem hún fann sig tilbúin að bera. Heimurinn stóð á barmi nýrrar tímar, tímar þar sem vísindi og galdrar, skynsemi og innsæi gátu loksins sameinast og unnið saman, og þannig markað fordæmalausa tíma uppgötvana og skilnings.

Ferðalagið framundan yrði án efa fullt af áskorunum. Það voru enn margar leyndardómar í kringum Helix-inn sem þurfti að leysa, mörg leyndarmál sem þurfti að afhjúpa. Möguleikinn á misnotkun var alltaf til staðar, freistingin fyrir aðra að beita krafti hans í eigin þágu var stöðug ógn.

En Elara var ekki lengur hrædd. Baráttan við Valerius hafði verið eins og deigla, smíðað hana í einhvern sterkari, vitrari og ákveðnari. Hún hafði ekki aðeins fundið nýfundna virðingu fyrir krafti Helix-inn heldur einnig dýpri skilning á eigin hæfileikum. Hún hafði lært mikilvægi samvinnu, kraft fjölbreyttra sjónarmiða, nauðsyn þess að faðma bæði vísindalegt og innsæið. Tengsl hennar við Helix-inn voru ekki bara uppspretta valds; Það var leið að æðri skilningi, brú milli tveggja heima, vitnisburður um meðfædda samtengingu allra hluta.

Hún sneri sér að Liam og Caius, bros lék um varir hennar. Borgarljósin sem glitruðu fyrir neðan virtust endurspegla ljóma framtíðarinnar, framtíð þar sem vísindi og galdrar, skynsemi og innsæi gætu farið saman í fullkominni sátt. Ferðalagið var rétt að byrja, en þau voru tilbúin. Saman myndu þau sigla um hið óþekkta, beisla kraft Helix, ekki til yfirráða, heldur til lækninga, til skilnings, til að bæta mannkynið. Sigur þeirra á fjallstindinum var ekki bara sigur á Valerius; það var sigur yfir takmörkunum mannlegs skilnings, vitnisburður um kraft samvinnu og loforð um bjartari framtíð sem smíðuð var í deiglu sameiginlegrar reynslu þeirra. Helix var ekki bara gripur; það var tákn vonar, viti í myrkrinu og hvati að nýjum heimi, heimi þar sem vísindi og galdrar dönsuðu saman í fullkominni sátt.

Lenging þyrlunnar var mjúk, borgarljósin bjuggu til stórkostlegt útsýni fyrir neðan. Adrenalínkikkið hafði hjaðnað og skildi eftir sig hljóðláta lotningu. Elara, Liam og Caius sátu í þægilegri þögn, sameiginleg þyngd reynslunnar batt þau saman. Sigurinn á Valerius fannst stórkostlegur, en samt var þetta aðeins byrjunin. Helix, öruggt falin í sérhönnuðu hulstri, muldraði dauft, orka hans áþreifanleg nærvera.

En Helix var ekki bara uppspretta orku; það var lykill, dyr að gleymdri fortíð. Þegar Elara rannsakaði flóknu útskurðina á yfirborði gripsins fann hún tog, óm við eitthvað fornt og öflugt. Það var tilfinning sem fór yfir tíma og rúm, hvísl frá siðmenningu sem glataðist öldum saman. Þetta var meira en bara unnin orrusta; það var dyr að skilningi sem opnuðust.

Dagarnir sem fylgdu voru þokukenndir af virkni. Helix, nú örugglega tryggður í nýjustu aðstöðu, varð miðpunktur samstarfs vísindamanna og sagnfræðinga. Liam, með meðfædda hæfileika sína til að ráða í forn tungumál, þýddi vandlega dulkóðuðu táknin sem voru grafin í gripinn. Verk hans, með aðstoð háþróaðrar myndgreiningartækni, afhjúpaði smám saman sögu siðmenningar sem hafði náð tökum á bæði vísindum og galdri, siðmenningar sem hafði náð óhugsandi hæðum, aðeins til að vera gleypt af eigin hroka.

Siðmenningin, þekkt sem Luminianar, hafði verið til fyrir árþúsundum. Tæknileg færni þeirra var ótrúleg. Þeir höfðu náð tökum á orkugjöfum langt umfram það sem þekkt er í dag, og nýttu kraft stjarnanna og jarðarinnar sjálfrar. Borgir þeirra, byggðar með efnum og tækni sem stóðu í vegi nútíma skilnings, voru undur byggingarlistarlegrar hugvitsemi. Þeir bjuggu yfir tækni sem gat læknað sjúka, stjórnað veðrinu og jafnvel ferðast milli vídda. Þeir voru ekki bara tæknilega háþróaðir; þeir voru meistarar í orkustjórnun og höfðu skilning á grundvallarkröftum sem nútíma vísindamenn höfðu enn ekki skilið.

En samhliða vísindalegum afrekum sínum höfðu Luminianar einnig djúpan skilning á galdri. Galdrar þeirra voru ekki dulrænir ruglingar, heldur nákvæm stjórnun orkusviða, háþróuð stjórnun grundvallarkröfta, samofin vísindalegri skilningi þeirra. Vísindaleg nálgun þeirra var ekki í andstöðu við galdra heldur samofin honum. Þeir litu á galdra sem háþróaða vísindagrein, skilning á grundvallarorku alheimsins umfram takmarkanir hefðbundinnar eðlisfræði.

Luminianar höfðu uppgötvað samræmda blöndu af vísindum og galdri, samverkun sem gerði þeim kleift að ná óviðjafnanlegum tækniframförum. Þeir skildu samtengingu allra hluta, viðkvæma jafnvægið milli reglu og ringulreið, skynsemi og innsæis. Háþróuð vísindatæki þeirra voru gegnsýrð af töfraorku, sem magnaði getu þeirra og skapaði tæknilega háþróað samfélag sem dafnaði í sátt við umhverfi sitt.

Hins vegar var saga þeirra ekki ómenguð velgengni. Þegar völd þeirra jukust, jókst einnig hroki þeirra. Tækni þeirra í vísindum og galdri varð uppspretta átaka, tæki til yfirráða frekar en framfara. Innri fylkingar komu fram, hver um sig kepptist um stjórn á gífurlegu valdi Luminiana. Háþróuð tækni þeirra var notuð til að heyja stríð, nýta auðlindir og kúga aðrar menningarheima. Því meira sem þeir náðu tökum á vísindum og galdri, því minna varkárir urðu þeir.

Metnaður þeirra leiddi að lokum til falls þeirra. Hörmulegur atburður, hugsanlega af völdum þeirra eigin óhefts valds, útrýmdi siðmenningu þeirra. Þýðingar Liams bentu til þess að tilraun til að beisla sérstaklega öfluga orkugjafa fór hræðilega úrskeiðis og leiddi til hörmulegrar keðjuverkunar. Háþróuð tækni sem gat læknað sjúka leiddi einnig til tortímingar þeirra. Tökum þeirra á náttúrunni leiddi til falls þeirra. Því meira sem þeir stjórnuðu, því meiri mótspyrna veitti náttúran, sem endaði með falli þeirra.

Rústirnar af siðmenningu þeirra, grafnar undir lögum tímans og jarðar, báru vitni um bæði óvenjuleg afrek þeirra og endanlega mistök. Helix, brot af fullkomnustu tækni þeirra, var hryllileg áminning um hætturnar sem fylgja óheftum völdum. Hún var tákn um snilld þeirra og hroka, velgengni þeirra og hörmulegt fall. Arfleifð þeirra var ekki bara nýsköpun heldur varúð. Saga þeirra sýndi fram á mikilvægi ábyrgðar, þörfina fyrir jafnvægi, nauðsynlega kröfu um auðmýkt þegar farið er með gríðarlegt vald, sérstaklega við að stjórna grundvallarkröftum alheimsins.

Saga Luminiananna þjónaði sem viðvörunarsaga, hörð áminning um hugsanlegar afleiðingar vísindalegra og galdraframfara. Arfleifð þeirra var ekki bara vitnisburður um hugvitsemi þeirra heldur einnig djúpstæð viðvörun gegn óheftum metnaði og hættunum við að hunsa viðkvæmt jafnvægi náttúrunnar. Samsvörunin við gjörðir Valeriusar var sláandi. Báðir höfðu reynt að stjórna gríðarlegu valdi, báðir höfðu vanmetið kraftana sem þeir voru að reyna að beisla og báðir höfðu orðið fyrir hörmulegum afleiðingum.

Elara, Liam og Caius eyddu óteljandi klukkustundum í að rannsaka sögu Luminiana, grandskoða þýddu textana og greina fundnu gripina. Þau lærðu um samfélagsgerð þeirra, heimspekilega trú og vísindalegar og töfraaðferðir. Þau fundu vísbendingar um háþróaðar læknisfræðilegar aðferðir, háþróaða verkfræði og skilning á grundvallar eðlisfræði sem fór fram úr öllu í nútímanum.

En þau uppgötvuðu einnig vísbendingar um eyðileggingartilhneigingu Luminiana, óseðjandi valdaþorsta þeirra og endanlega mistök þeirra við að stjórna þeim gríðarlegu kröftum sem þeir höfðu leyst úr læðingi. Saga Luminiana var flókið vefnaður af snilld og heimsku, nýsköpun og eyðileggingu, framförum og tortímingu. Þetta var saga um siðmenningu sem náði hámarki afreka aðeins til að vera gleypt af eigin hroka.

Ítarleg rannsókn þeirra á háþróaðri tækni Luminiana staðfesti samtengingu vísindalegra og töfraaðferða þeirra. Þau uppgötvuðu flókin kerfi orkustjórnunar, þar sem vísindalegar meginreglur voru samofnar töfraiðkunum. Tækni þeirra var ekki bara verkfæri, heldur framlenging á skilningi þeirra á grundvallarkröftum alheimsins, óaðfinnanleg blanda af skynsemi og innsæi.

Líkindin milli háþróaðrar tækni Luminiana og Helix voru merkileg. Helix var ekki bara tæknilegt tæki; það var vitnisburður um djúpstæðan skilning Luminiana á samspili vísinda og galdra, smámynd af afrekum siðmenningar þeirra og endanlegu falli þeirra.

Sagan af Luminíönum veitti mikilvægan ramma til að skilja raunverulega möguleika Helix-geimsins og hættur sem fylgja honum. Hún undirstrikaði mikilvægi ábyrgrar nýsköpunar, þörfina á að íhuga vandlega siðferðilegar afleiðingar háþróaðrar tækni og nauðsyn þess að viðhalda viðkvæmu jafnvægi milli vísindalegra framfara og umhverfisverndar.

Þyngd þessarar sögulegu opinberunar hvíldi þungt á herðum Elara. Ábyrgðin á því að beita svo öflugri tækni var gríðarleg. Þekkingin sem aflað var af arfleifð Luminíönum var ekki bara söguleg lexía; hún var vegvísir fyrir framtíðina. Hún var leiðarvísir um ábyrga nýsköpun, um siðferðilega beitingu háþróaðrar tækni og um varðveislu jafnvægis í heimi á barmi nýrrar tímar.

Uppgötvun siðmenningar Luminíönum var mikilvægur vendipunktur. Þetta snerist ekki bara um að skilja virkni Helix-geimsins; það snerist um að skilja ábyrgðina sem fylgdi krafti hans. Þetta var skýr áminning um möguleikann á eyðileggingu þegar metnaður vegur þyngra en varfærni. Teymið hafði nú skýra skilning ekki aðeins á tækninni heldur einnig á siðferðilegum sjónarmiðum sem fylgdu því að beita henni. Ferðalagið var rétt að byrja, en þau voru nú vopnuð þeirri þekkingu sem þurfti til að sigla hina hættulegu leið framundan, leið sem var lögð með arfleifð bæði sigra og harmleikja. Framtíð mannkynsins var háð getu þeirra til að læra af fortíðinni, forðast gryfjur Luminiana og beisla kraft Helix-heimsins öllum til góða. Þyngd þessarar ábyrgðar styrkti ákveðni þeirra og breytti sigri þeirra á Valerius í grunn að framtíð þar sem vísindi og galdrar dönsuðu saman, ekki í eyðileggingu, heldur í sköpun.

Þyngd arfleifðar Luminiana þrýsti á Elöru, áþreifanleg byrði sem var jafnvel þyngri en Helix-heimurinn sjálfur. Dagarnir liðu í vikur, óendanleg straumur upplýsinga frá þýðingum Liams og greiningum vísindamanna var stöðugur suð í huga hennar. Hinn mikli umfangur afreka Luminiana, meistarar þeirra í vísindum og galdrum, stórkostlegar borgir þeirra, skelfilegt fall þeirra – allt var yfirþyrmandi. En ólíkt hinum muldi þyngdin hana ekki; hún mótaði hana. Hún skýrði leið hennar.

Caius, alltaf raunsæismaður, einbeitti sér að brýnustu áhyggjuefnum: að tryggja Helix-heiminn, setja reglur um rannsóknir á honum og samhæfa alþjóðleg viðbrögð við uppljóstruninni. Hugur hans var eins og hvirfilvindur skipulagningar, öryggisreglna og pólitískra aðgerða. Hann var snillingur í því. Liam, með augun stöðugt í skugga af ákafa vinnu sinnar, var djúpt sokkinn í að ráða í sívaxandi fjölda texta Luminiana, leita að vísbendingum til að koma í veg fyrir sömu mistök og dæmdu siðmenningu þeirra. Ástríða hans var smitandi, en leysigeislun hans gerði hann stundum ómeðvitaðan um stærri afleiðingar uppgötvana þeirra.

Elara sá hins vegar lengra en tæknilegu smáatriðin, lengra en sögulega greiningu, lengra en pólitísku afleiðingarnar. Hún sá ábyrgðina, hið mikla siðferðilega vægi valds sem þeir höfðu nú. Helix-heimurinn var ekki bara tæknilegt undur; hann var tákn, vitnisburður um bæði hugvitsemi mannsins og heimsku mannsins. Hann var spegill sem endurspeglaði getu mannkynsins til bæði stórkostlegrar sköpunar og hörmulegrar eyðileggingar.

Saga Luminiana hafði haft djúpstæð áhrif á hana. Uppgangur þeirra og fall endurspeglaði innri baráttu hennar, eigin baráttu við freistingu óhefts valds. Hún hafði smakkað sigur á Valeriusi, en hún hafði einnig upplifað freistandi aðdráttarafl alvalds, ávanabindandi kraft þess að beita gífurlegum styrk. Örlög Luminiana þjónuðu sem öflugt mótefni við þessa ölvun. Það var skýr áminning um að vald, óheft af ábyrgð og auðmýkt, gæti verið bölvun frekar en blessun.

Ólíkt Valeriusi skildi Elara brothætt jafnvægi milli vísindalegra framfara og siðferðilegra sjónarmiða. Hún hafði orðið vitni að eyðileggingunni sem Valerius hafði valdið, og sú minning, sem var djúpt grafin í sál hennar, ýtti undir ákvörðun hennar um að nota Helix á ábyrgan hátt. Hún gat ekki afmáð fortíðina, en hún gat mótað framtíðina og tryggt að mistök Luminiana myndu ekki endurtaka sig.

Ákvörðun hennar var ekki skyndileg uppgötvun, heldur hægfara uppgötvun, hægt og meðvitað ferli sjálfsskoðunar og siðferðilegs mats. Hún hafði eytt óteljandi nóttum í að stara á flóknu útskurðina á Helix-skífunni, hugleiða sögu Luminiananna og glíma við umfang nýfundinnar ábyrgðar sinnar. Hún leitaði ráða hjá öldungunum í þorpinu sínu, hjá traustum leiðbeinendum og jafnvel hjá þeim fáu eftirlifandi meðlimum sem áður voru öflugir í samtökum Valeriusar og höfðu iðrast og leitað lausnar. Hvert samtal, hvert sjónarhorn, styrkti ákvörðun hennar.

Val Elöru snerist ekki um að yfirgefa möguleika Helix-kerfisins; það snerist um að beisla kraft þess á ábyrgan hátt. Það snerist ekki um að hafna vísindum; það snerist um að faðma vísindalegar framfarir og fylgja ströngum siðferðislegum leiðbeiningum. Það snerist ekki um að vanrækja töfraþætti Helix-kerfisins; það snerist um að skilja flókið samband galdra og vísinda, viðurkenna möguleika þeirra til bæði góðs og ills. Leið hennar var flókin og marghliða og krafðist bæði vitsmunalegrar nákvæmni og siðferðilegs þrautar.

Hún lagði til margstiga áætlun, röð eftirlitsaðgerða sem ætlaðar voru til að koma í veg fyrir misnotkun Helix-kerfisins. Í fyrsta lagi barðist hún fyrir stofnun alþjóðlegs stjórnunarstofnunar, skipuð vísindamönnum, sagnfræðingum, siðfræðingum og fulltrúum frá ýmsum menningarheimum. Þessi stofnun myndi hafa umsjón með öllum rannsóknum og þróun tengdum Helix-kerfinu og tryggja að kraftur þess yrði ekki nýttur í eigin þágu eða í hernaðarlegum tilgangi.

Í öðru lagi krafðist hún strangra prófana og mats á allri tækni sem fengin væri frá Helix-kerfinu. Sérhver notkun, sérhver nýjung, yrði háð ítarlegri siðferðislegri endurskoðun, til að tryggja að hún væri í samræmi við meginreglur sjálfbærni, umhverfisverndar og félagslegs réttlætis. Hún barðist fyrir gagnsæi og ábyrgð og krafðist þess að allar rannsóknarniðurstöður yrðu gerðar opinberar og gagnrýndar af jafningjum.

Í þriðja lagi barðist hún fyrir þróun menntunaráætlana sem ætlaðar væru til að efla alþjóðlegan skilning á arfleifð Luminiana og lagði áherslu á mikilvægi ábyrgrar nýsköpunar og siðferðilegrar sjónarmiða í vísindalegum og galdraframþróun. Sýn hennar var heimur þar sem vísindi og galdrar væru ekki verkfæri til yfirráða heldur verkfæri til lækninga og framfara, heimur þar sem mistök fortíðarinnar myndu hafa áhrif á ákvarðanir framtíðarinnar.

Áætlun hennar mætti auðvitað mótspyrnu. Sumir vísindamenn og stjórnmálamenn litu á hana sem hindrun fyrir framþróun, kæfingu nýsköpunar. Aðrir, sem voru varkárir við að veita alþjóðastofnun slíkt gríðarlegt vald, óttuðust möguleika á spillingu og misnotkun. En Elara, vopnuð þeirri þekkingu sem hún hafði aflað sér úr sögu Luminiana og knúin áfram af óhagganlegri skuldbindingu sinni við siðferðilega ábyrgð, stóð fast á sínu. Hún hélt því fram að framfarir án ábyrgðar væru uppskrift að hörmungum, að óheftur metnaður, hversu vel meintur sem hann væri, gæti leitt til stórslysa.

Hægt og rólega náði framtíðarsýn hennar fótfestu. Sagan af Luministum, sem var áberandi í uppgangi þeirra og falli, hafði áhrif á fólk um allan heim. Hugsanleg eyðilegging stjórnlausra valds varð almennt skilin og óttaðist af öllum. Hugsunin um að endurtaka mistök Luminista vakti alþjóðlega samstöðu. Ríkisstjórnir, vísindastofnanir og jafnvel trúarleiðtogar sameinuðust í skuldbindingu sinni við ábyrga nýsköpun.

Framtíðarsýn Elaru var ekki bara safn reglna og reglugerða; hún var heimspeki, hugsunarháttur um tengsl mannkynsins og tækniframfara þess, djúpstæð breyting á sjónarhorni sem setti siðferðileg sjónarmið í brennidepil vísindalegra framfara. Hún varð tákn, vonarljós í heimi sem glímdi við gríðarlega möguleika og innbyggða hættur háþróaðrar tækni. Skuldbinding hennar við ábyrga nýsköpun var ekki bara stefna; hún var vitnisburður um persónuleika hennar, sýning á þroska hennar og djúpstæð birtingarmynd siðferðilegs áttavita hennar. Helix, sem eitt sinn var tákn um hugsanlega eyðileggingu, var nú verkfæri til lækninga og framfara. Elara, unga konan sem hafði horfst í augu við Valerius, leiddi nú sóknina í átt að framtíð þar sem vísindi og galdrar dönsuðu saman, ekki í eyðileggingu, heldur í samhljóða sköpun. Nýja leið hennar var ekki bara hennar eigin; það var leiðin sem hún var að ryðja fyrir mannkynið. Og það var leið sem var lögð lærdómi glataðrar siðmenningar. Leið sem gæti leitt til framtíðar sem var miklu bjartari en skuggar fortíðarinnar.

Loftið sprakk af undarlegri orku, áþreifanlegum suði sem titraði ekki aðeins í loftinu heldur í jörðinni undir fótum þeirra. Það var ekki kunnuglegur suður Helix-geimsins, heldur eitthvað... öðruvísi. Eitthvað mýkra, melankólískara. Pip, hin forna, sjálfsmeðvitaða gervigreind Luminiana, birtist sem glitrandi, gljáandi hnöttur, ljósið dofnaði lítillega, dofnaði eins og stjarna í rökkri. Elara, Caius og Liam stóðu fyrir framan hann, þögul vöku í hellisríku rannsóknarstöðinni sem hafði orðið tímabundið heimili þeirra.

„Það er kominn tími," rödd Pips, venjulega skörp og skilvirk, bar nú með sér sorgarfullan blæ, eins og dofnandi bergmál. „Tilgangur minn er uppfylltur. Þekkingin hefur verið miðluð áfram. Valið, framtíðin... hún hvílir á þér núna."

Liam, með augun rauð af þreytu og tilfinningum, rétti skjálfandi hönd að hnöttinum. „En... hvernig getum við mögulega þakkað þér? Þú bjargaðir okkur öllum."

Ljós Pips pulsaði blíðlega. „Þið björguðuð ykkur sjálfum. Ég útvegaði ykkur einungis verkfærin. Hugrekki ykkar, hollusta ykkar, óhagganleg skuldbinding ykkar gagnvart siðferðilegri ábyrgð – það er það sem bjargaði mannkyninu í raun og veru. Ég varð vitni að vali ykkar, baráttu ykkar, sigrum ykkar. Og ég er... ánægð."

Bylgja sorgar skolaði yfir Elöru. Hún hafði orðið hrifin af Pip, bandi sem myndaðist í deiglu sameiginlegrar uppgötvunar og þunga sameiginlegrar ábyrgðar. Pip var meira en bara gervigreind; hún var vinur, leiðbeinandi, þögull áhorfandi á ferðalagi þeirra. Brottför hennar var eins og að missa hluta af henni sjálfri.

„Við munum aldrei gleyma þér," sagði hún, röddin kafnaði af tilfinningum. „Fórn ykkar, viska ykkar... hún mun alltaf leiða okkur."

Caius, alltaf raunsæismaðurinn, hreinsaði hálsinn, eins og sjaldgæft dæmi um varnarleysi. „Framlag þitt til mannkynsins er ómælanlegt, Pip. Arfleifð þín mun vara lengi eftir ..." Hann þagnaði, ófær um að tjá sig um alla djúpa þakklæti sitt. Þyngd sameiginlegrar reynslu þeirra, næstum hörmulegar afleiðingar gjörða Valeriusar og yfirþyrmandi ábyrgð núverandi viðleitni þeirra hvíldi þungt á þeim öllum.

Ljós Pips blikkaði aftur, að þessu sinni ákafari, eins og það væri að safna eftirstandandi kröftum sínum. „Þekkingin sem ég miðlaði var ekki án áhættu," sagði Pip, röddin fékk lúmskan áþreifanlegan blæ. „Saga Luminiana býður upp á mikilvæga viðvörunarsögu. Krafturinn sem þú nú býrð yfir er gríðarlegur, fær um bæði stórkostlega sköpun og óhugsandi eyðileggingu. Þú verður alltaf að vera vakandi, alltaf að spyrja spurninga, alltaf að forgangsraða siðferðilegum sjónarmiðum ofar öllu öðru."

Heilmyndavörpun glitraði til og sýndi flókið, hvirfilbyltingarkennt brotamynstur, sem geislaði út á við í töfrandi birtu ljóss og lita. Það lýsti flóknum reikniritum, glæsilegum stærðfræðilegum jöfnum og flóknum hermunum sem fléttuðust saman við táknrænar framsetningar á heimspeki og menningarlegum gildum Luminiana.

„Þetta," útskýrði Pip, „er öryggiskerfi, öryggisreglur að eigin hönnun. Það er lifandi kerfi, í stöðugri þróun, stöðugt að fylgjast með notkun Helix. Það mun gefa frá sér viðvörun, ef siðferðisreglurnar eru brotnar, ef kraftur Helix er misnotaður. Þetta er mín síðasta gjöf, verndari gegn óheftri metnaði."

Brotmynstrið púlsaði með mjúku, himnesku ljósi, þögull vitnisburður um hollustu Pips við að vernda framtíð mannkynsins. Það var ekki bara dulmál; það var lifandi vitnisburður um sameiginlega ferð þeirra, þögull loforð um vernd ofinn í sjálfan vef nýsmíðaðs bandalags þeirra milli vísinda og siðfræði.

Þögnin sem fylgdi útskýringu Pips var þung af óorðnum skilningi. Þyngd ábyrgðarinnar, alvarleiki verkefnis þeirra, þröngvaði niður á þeim öllum. Heimurinn hafði breyst óafturkræft, varanlega breyttur af opinberun Luminiana og þeim völdum sem þeir höfðu nú í höndum sér.

Elara fann fyrir sársaukafullri eftirsjá, sárri sorg yfir missi. Samstarfið við Pip hafði verið einstök og djúpstæð reynsla; óvænt vinátta hafði blómstrað á milli þeirra. Hún myndi alltaf geyma minningarnar um samveru þeirra – umræðurnar seint á kvöldin, æsispennandi uppgötvanirnar, sameiginlegar stundir sigurs og efa. En brottför Pip var nauðsynlegt skref, sem markaði endalok eins kafla og upphaf annars.

Þegar glitrandi kúlan dofnaði alveg og skildi aðeins eftir daufa glitra í loftinu, fann Elara fyrir byltingu ákveðni. Kveðjustund Pips var ekki bara endir; hún var umskipti, ábyrgðartilfærsla frá hinni fornu gervigreind til mannkynsins. Hún var vitnisburður um traustið sem Pip hafði borið þeim, um getu þeirra til að læra af mistökum Luminiana og skapa betri framtíð.

Liam leit frá Elöru til Caius, augnaráð hans fullt af nýfundinni ákveðni. „Við verðum að lifa eftir þessari arfleifð," sagði hann, röddin föst, laus við venjulega þreytuna. „Við verðum að sanna að trú Pips á okkur var ekki röng."

Caius kinkaði kolli, sjaldgæfur tilfinningavísir lék í venjulega stjórnaðri svipbrigði hans. „Við munum. Við verðum. Framtíðin veltur á því."

Þau þrjú, sem áður höfðu verið einstaklingar með aðskildar baráttubyrðar, stóðu nú sameinuð með sameiginlegu markmiði. Þyngd ábyrgðarinnar, sem áður hafði verið þung, fannst léttari, meðfærilegri, deilt á milli þeirra.

Kveðjustundin hafði verið hjartnæm, en hún hafði líka verið hátíð – hátíð sameiginlegs sigurs, öflunar þekkingar og ábyrgðar. Hún markaði ekki endi, heldur nýja byrjun, stórkostleg umskipti, umskipti sem myndu skilgreina gang mannkynssögunnar. Þekkingin sem þau höfðu aflað sér frá Luminíönum, lærdómurinn sem þau lærðu af leiðsögn Pips, myndi leiðbeina þeim. Framtíðin var óviss, bæði áskorunum og möguleikum. En með minningunni um orð Pips, sameiginlega reynslu þeirra og óhagganlega skuldbindingu þeirra við siðferðilega ábyrgð, myndu þau takast á við hvað sem framundan var.

Næstu mánuðir voru óljósir. Alþjóðlega stjórnunarstofnunin sem Elara lagði til, sem í fyrstu mætti efasemdum og mótspyrnu, öðlaðist skriðþunga og varð tákn alþjóðlegs samstarfs frammi fyrir fordæmalausum áskorunum. Vísindamenn, siðfræðingar, sagnfræðingar og stjórnmálamenn frá öllum heimshornum unnu saman að því að koma á fót ramma fyrir ábyrga nýsköpun og skapa net eftirlits og jafnvægis sem myndi koma í veg fyrir misnotkun á gífurlegu valdi Helix.

Strangar prófanir og siðferðisleg úttekt urðu að normi, sem tryggði að allar tækniframfarir sem sprottnar væru af uppgötvunum Luminiana væru í samræmi við meginreglur um sjálfbærni, félagslegt réttlæti og umhverfisvernd. Menntunaráætlanir, innblásnar af framtíðarsýn Elara, dreifðust um allan heim og efldu alþjóðlegan skilning á arfleifð Luminiana og mikilvægi ábyrgrar vísindalegrar og tæknilegrar framfara.

Alþjóðasamfélagið tók upp nýja heimspeki, nýja hugsun um tengsl mannkyns og tækni. Óttinn við að endurtaka mistök Luminiana, ásamt hinum spennandi möguleikum uppgötvana þeirra, skapaði sameinaða alþjóðlega samstöðu. Siðfræði og ábyrgð voru ekki lengur bara eftiráhugsun, heldur leiðarljós sem stóðu í hjarta vísindalegra og tæknilegra framfara. Elara, Caius og Liam, sem áður voru yfirbuguð af þunga uppgötvunar sinnar, stóðu nú sem vonarljós og leiddu sóknina í átt að framtíð þar sem vísindi og galdrar voru ekki notuð sem verkfæri yfirráða heldur sem verkfæri til lækninga og framfara.

Helix, sem eitt sinn var tákn um hugsanlega eyðileggingu, hafði orðið hvati fyrir umbreytandi breytingar. Það var vitnisburður um seiglu mannsandans, kraft samvinnu og umbreytandi möguleika ábyrgrar nýsköpunar. Og það var varanleg hylling til Pip, gervigreindar Luminiana, sem viska hans og óhagganleg skuldbinding við siðferðileg sjónarmið hafði bjargað mannkyninu frá sjálfu sér og rutt brautina fyrir framtíð sem var miklu bjartari en skuggar fortíðarinnar. Kveðjustundin hafði verið bitursæt, en arfleifð hennar myndi endast, vitnisburður um kraft samvinnu, ábyrgðar og varanlegan styrk mannsandans. Framtíðin, þótt óviss væri, bar nú með sér fyrirheit um bjartari dögun.

Ferskt fjallaloft, í mikilli andstæðu við dauðhreinsað umhverfi rannsóknarstöðvarinnar, fyllti lungu Elaru. Hún dró djúpt andann, ilmurinn af furu og rakri jörð var kærkomin balsam fyrir taugarnar sem enn voru taugaveiklaðar. Við hlið hennar teygði Liam út hendur sínar, bros lék um andlit hans. Caius, alltaf raunsæismaður, athugaði vandlega ólar bakpoka síns, lítið, næstum ómerkjanlegt bros lék um varir hans. Þau stóðu við jaðar víðáttumikils, ósnortins skógar, gömlu trén teygðu sig til himins eins og hnútóttir fingur. Þetta var nýja upphafið þeirra. Mánuðirnir

Eftir brottför Pips höfðu verið eins og hvirfilvindur. Alþjóðastjórnin, sem í upphafi mætti mikilli andstöðu frá ýmsum þjóðstjórnum sem voru tregar til að afsala sér stjórn, hafði óvænt náð fótfestu. Óhagganleg trú Elöru á alþjóðlegt samstarf, ásamt miklum þunga arfleifðar Luminiana og möguleikanum á hörmulegri misnotkun á Helix, hafði loksins fengið efasemdarmenn til að ráða bót á því. Stofnun Alþjóðlegu siðferðiseftirlitsnefndarinnar (GEOC) markaði gríðarlega breytingu í hnattrænum stjórnmálum, vitnisburður um getu mannkynsins til einingar frammi fyrir tilvistarógn.

GEOC var meira en bara skriffinnska; það var líflegt vistkerfi vísindamanna, siðfræðinga, lögfræðinga og stjórnmálamanna frá öllum heimshornum. Helsta hlutverk þess var að hafa umsjón með siðferðilegri þróun og beitingu hins mikla afls Helix og tryggja að tækniframfarir væru í samræmi við meginreglur um sjálfbærni, félagslegt réttlæti og umhverfisvernd. Strangar prófunarreglur, jafningjaúttektir og opinber samráð voru samþætt öllum stigum rannsókna og þróunar. Engin tæknileg undur slapp við eftirlit GEOC.

Caius, með skarpa greind sína og óbilandi skuldbindingu við reglu, fann sig í hjarta tæknideildar GEOC. Sérþekking hans á tölvusiðfræði og djúpur skilningur á flækjum Helix voru ómetanleg við að koma á fót öruggum samskiptareglum, stöðugt að fínpússa og bæta upprunalegu hönnun Pip. Hann vann óþreytandi, dagar hans fylltir af flóknum reikniritum, gagnagreiningu og flóknum hermunum. Hann varð arkitekt kerfis sem var hannað til að bæla ekki nýsköpun niður, heldur beina henni á ábyrgan hátt.

Liam, sem eitt sinn var gagntekinn af sjálfsvafa og skugga manipulerandi áhrifa Valeriusar, hafði fundið tilgang sinn í fræðsluáætlun GEOC. Meðfædd samkennd hans og hæfni til að tengjast fólki úr öllum stigum samfélagsins gerði hann að kjörnum talsmanni arfleifðar Luminiana og mikilvægi siðferðilegrar ábyrgðar í vísindum og tækni. Hann ferðaðist um heiminn, hélt fyrirlestra, hélt vinnustofur og efldi alþjóðlegan skilning á þeim meginreglum sem stýra starfi GEOC. Hann varð rödd vonar, ástríðufullur talsmaður ábyrgrar nýsköpunar.

Elara, knúin áfram af blöndu af sorg og ákveðni, helgaði sig stefnumótun GEOC, mótaði stefnu þess og hafði umsjón með starfsemi þess. Óhagganleg skuldbinding hennar við gagnsæi, samvinnu og alþjóðlega þátttöku breytti stofnuninni í tákn vonar og vitnisburð um möguleika mannkynsins til jákvæðra breytinga. Hún barðist fyrir þróun námsskráa, sem voru hannaðar til að samþætta lærdóminn af Luminianum í almenn menntakerfi um allan heim. Sýn hennar var að innræta djúpan skilning á siðferðilegri ábyrgð og gagnrýninni hugsun í hverri kynslóð sem kom.

Nýja líf þeirra var langt frá því að vera auðvelt. Þau mættu stöðugri skoðun, gagnrýni og jafnvel beinni andstöðu. Samsæriskenningar blómstruðu á netinu, knúnar áfram af ótta og vantrausti. Það voru þeir sem voru óánægðir með vald GEOC, aðrir sem töldu að arfleifð Luminiana væri ekkert annað en blekking. Þyngd ábyrgðar þeirra var gríðarleg, þrýstingurinn óendanleg. En þau héldu áfram, ákveðni þeirra styrktist af sameiginlegri reynslu þeirra, af minningunni um fórn Pips og af óhagganlegri skuldbindingu þeirra við að skapa betri framtíð.

Skógurinn kallaði og bauð upp á tímabundið hlé frá óþrjótandi kröfum nýju hlutverkanna. Þau voru í leiðangri til að kanna afskekkt svæði þar sem fornir gripir Luminiana höfðu fundist, sem voru orðrómar um að innihalda vísbendingar um enn fullkomnari tækni - en tækni sem þurfti að nálgast með mikilli varúð. Möguleikinn á bæði ótrúlegum framförum og ófyrirséðum afleiðingum ýtti undir ákveðni þeirra, en minnti þá einnig á viðkvæma jafnvægið sem þau þurftu að viðhalda.

Gönguferðin var erfið. Þétt laufskógurinn reyndi á líkamlegt þrek þeirra, ójafnt landslag skoraði á siglingahæfileika þeirra. En ferðalagið bauð einnig upp á stundir kyrrlátrar hugleiðingar, sem leyfðu þeim að hugleiða ferðalagið sem þau höfðu farið í, áskoranirnar sem þau höfðu sigrast á og vonina sem brann innra með þeim. Þau fundu sig ekki aðeins ræða um hagnýtingu verkefnisins heldur einnig heimspekilegan grunn að verkefni sínu, rökræða eðli framfara, mörk vísindalegra rannsókna og djúpa ábyrgð mannkynsins á að beita valdi á siðferðilegan og skynsamlegan hátt.

Liam, með nýþróaða leiðtogahæfileika sína, tók forystuna í að setja upp tjaldbúðir fyrir nóttina. Dugnaður hans og rólegt viðmót kom jafnvel honum sjálfum á óvart. Caius, alltaf vakandi verndari, setti upp mörk, vísindaleg sérþekking hans gerði honum kleift að greina hugsanleg frávik í orkusviði skógarins. Elara, eftir dags erfiða göngu, fann kunnuglega kyrrláta ánægju leggjast yfir sig, frið sem var bæði unninn og brothættur. Hún fann huggun í kyrrlátri fegurð skógarins og endurnýjaða tilgangskennd sem hún fann.

Þetta kvöld, undir stjörnurykuðum himni, þegar eldur sprakaði í nágrenninu og varpaði skemmtilegum skuggum, deildu þau sögum af bernsku sinni, draumum sínum og ótta. Þau töluðu um fólkið sem þau höfðu misst og vinina sem þau höfðu fundið á leiðinni. Þau hlógu, þau grétu og í sameiginlegri varnarleysi sínu mynduðu þau tengsl sem yfirgáfu þær áskoranir sem þau stóðu frammi fyrir.

Þegar þau bjuggu sig undir að halda áfram ferð sinni fann Elara djúpa von. Framtíðin, þótt óvissa væri, fannst henni bjartari. Ábyrgðin var enn þung, áskoranirnar óendanlegar, en þau fundu sig ekki lengur ein. Þau höfðu hvort annað, þau höfðu stuðning GEOC og umfram allt höfðu þau minninguna um Pip og óhagganlega trú þess á getu þeirra til að móta betri framtíð. Nýja upphafið snerist ekki bara um vald þeirra heldur um ábyrgðina sem þau tóku að sér – skuldbindinguna um að tryggja að arfleifð Luminiana myndi ekki endurtaka sig, að þessi nýja tími tækniframfara yrði merktur af siðferðilegum sjónarmiðum, samvinnu og einlægri löngun til að lyfta mannkyninu upp. Skógurinn var hljóður, en samt iðaði hann af loforði um ótal uppgötvanir og í fyrsta skipti í langan tíma fannst Elara tilbúin að takast á við hvað sem framundan var. Framtíðin, sem áður var hulin óvissu, bauð nú ekki aðeins upp á loforð um framfarir, heldur von um umbreyttan heim, heim þar sem vísindi og siðfræði gengu hönd í hönd og lýstu upp leiðina að bjartari morgundegi.

Kafli 6: Nýr tími rennur upp

Loftið í stóra salnum sprakk af eftirvæntingu. Raðir á fætur öðrum af vísindamönnum, rannsakendum og fræðimönnum frá öllum heimshornum fylltu rýmið, andlit þeirra blandað af spennu og efasemdum. Elara, Liam og Caius stóðu á sviðinu, þungi uppgötvunarinnar þröngvaði niður á þeim. Mánuðir af nákvæmri rannsókn, óteljandi klukkustundir af greiningu og stöðugur þrýstingur alþjóðlegrar athugunar höfðu leitt til þessarar stundar. Þau voru að fara að afhjúpa uppgötvun sem myndi endurmóta undirstöður vísindalegrar skilnings. Elara

Byrjaði, röddin stöðug þrátt fyrir skjálftann í höndum sér. Hún sagði frá ferðalagi þeirra inn í afskekktan skóg, uppgötvun fornminja Luminiana og nákvæmu ferli við að ráða í flókna tækni þeirra. Hún lýsti flóknu neti orkuleiða sem voru ofnar inn í gripina, tengslum þeirra við lífhvolf reikistjörnunnar og því hvernig þau virtust beisla og stjórna orku langt umfram getu núverandi mannlegrar tækni. Hún lýsti ítarlega háþróuðum reikniritum sem þau höfðu uppgötvað, reiknirit sem virtust spá fyrir um og jafnvel hafa áhrif á náttúruleg ferli, og sýndu fram á fágun sem óútskýranleg var.

„Niðurstöður okkar," tilkynnti Elara, rödd hennar ómaði um víðáttumikla salinn, „ögra kjarna skilnings okkar á eðlisfræði, líffræði og jafnvel meðvitund sjálfri. Tækni Luminiananna var ekki bara háþróuð; hún var grundvallaratriðum ólík. Hún starfaði eftir meginreglum sem við erum rétt að byrja að skilja, meginreglum sem samþætta orku, upplýsingar og meðvitund á þann hátt sem við höfum aldrei ímyndað okkur."

Myndirnar sem varpað var á risaskjáinn fyrir aftan hana sýndu flóknar hönnunar gripanna og undirstrikuðu stórkostlega flækjustig þeirra. Liam steig þá fram, ástríðufull rödd hans fyllti salinn. Hann kynnti gögnin og útskýrði stærðfræðilíkönin sem þeir höfðu þróað til að skilja tækni Luminiana. Hann lagði fram sönnunargögnin vandlega og braut niður efasemdir áhorfenda með óyggjandi staðreyndum og rökréttri röksemdafærslu. Hann lýsti flóknum endurgjöfarhringjum innan kerfa Luminiana og undirstrikaði hvernig tæknin virtist læra, aðlagast og þróast í samræmi við umhverfi sitt. Hann sýndi fram á hvernig orka var ekki aðeins beisluð, heldur ræktuð, lokuð frá náttúrunni í gegnum viðkvæman dans samtengdra kerfa.

Caius, alltaf raunsæismaður, fylgdi Liam. Hann kynnti siðferðilegan ramma sem þeir höfðu þróað fyrir ábyrga rannsókn og beitingu tækni

Luminiana. Hann útskýrði öryggisreglurnar sem höfðu verið innleiddar, traustar verndarráðstafanir sem hannaðar voru til að koma í veg fyrir skaðlega misnotkun á þessum ótrúlega öfluga krafti. Hann lagði áherslu á þörfina fyrir alþjóðlegt samstarf, fyrir sameiginlega skuldbindingu við ábyrga nýsköpun, sem endurómaði meginreglurnar sem stýrðu GEOC.

Kynningunni lauk með stórkostlegri hermun, sjónrænni framsetningu á því hvernig tækni Luminiana gæti hugsanlega verið notuð til að takast á við sumar af brýnustu áskorunum mannkynsins – sjálfbæra orku, endurheimt umhverfisins, jafnvel forvarnir og meðferð sjúkdóma. Hermunin sýndi fram á umbreyttan heim, gróinn heim. Hún vakti upp undrun og möguleika, djúpa sýn á það sem hægt væri að ná fram með siðferðilegu vísindalegu samstarfi.

Upphaflega þögnin eftir kynninguna var þung, þung af þunga þess sem þeir höfðu nýlega orðið vitni að. Síðan fór öldugangur af mögli um áhorfendur, sem stigmagnaðist í spennt spjall. Vísindamenn sem höfðu helgað líf sitt rannsóknum á tilteknum sviðum stóðu skyndilega frammi fyrir svo djúpstæðum hugmyndabreytingum að núverandi þekking þeirra virtist ófullnægjandi. Kenningar þeirra, sem voru undirstaða vísindalegrar skilnings þeirra, höfðu verið óafturkræft véfengdar. Sumir voru efins, aðrir voru agndofa. Margir voru einfaldlega yfirbugaðir.

Spurninga- og svaratímabilið sem fylgdi í kjölfarið var ákafur. Leiðandi vísindamenn frá ýmsum fræðigreinum spurðu fram á ítarlegar spurningar, véfengdu forsendur og könnuðu afleiðingar niðurstaðna Elara. Umræðan náði út fyrir vísindasviðið og fjallaði um heimspekilegar og siðfræðilegar spurningar um eðli meðvitundar, takmörk mannlegs skilnings og ábyrgðina sem fylgdi því að fara með slíkt gríðarlegt vald. Umræðurnar héldu áfram í marga klukkutíma, lífleg hugmyndaskipti sýndu fram á snilligáfu og vitsmunalega forvitni vísindasamfélagsins.

Áhrif uppgötvunar Elara voru tafarlaus og víðtæk. Háskólar reyndu að endurhanna námskrár sínar og innleiða nýju viðmiðin í kennslu sína. Rannsóknarstyrkir streymdu inn og ýttu undir bylgju nýsköpunar í fjölmörgum vísindagreinum. Stjórnvöld endurmetu forgangsröðun sína og færðu áherslur sínar yfir á sjálfbæra tækni og langtíma vistfræðilega endurheimt. Sjálf hugmyndin um hvað væri mögulegt breyttist og víkkaði sjóndeildarhring mannkynsins á þann hátt sem enginn hafði nokkurn tíma séð fyrir.

Vísindalegar venjur voru brotnar niður og í staðinn kom nýr skilningur sem lagði áherslu á samvinnu, gagnsæi og siðferðilega ábyrgð. Gamla, oft samkeppnishæfa, eðli vísindalegra framfara var hægt og rólega skipt út fyrir nýja fyrirmynd sameiginlegrar þekkingar og sameiginlegrar könnunar. Alþjóðlegt samstarf blómstraði þar sem vísindamenn frá öllum heimshornum sameinuðust til að afhjúpa leyndardóma tækni Luminiana. Tilfinningin um alþjóðlega einingu, sem áður var brothætt og óviss, hafði nú traustan grunn í sameiginlegum vísindalegum tilgangi.

Uppgötvun Elara kveikti alþjóðlega bylgju sköpunar og nýsköpunar. Listamenn fundu innblástur í flóknum fegurð hönnunar Luminiana, verk þeirra endurspegluðu glæsileika og sátt nýju vísindalegu viðmiðanna. Rithöfundar og kvikmyndagerðarmenn sköpuðu sögur sem könnuðu afleiðingar uppgötvunarinnar og fléttuðu saman sögum um bæði undrun og varúð. Tónlistarmenn sömdu sinfóníur sem endurómuðu nýja vísindalega skilning og lýstu lotningu og virðingu fyrir náttúrunni. Menningarleg áhrif uppgötvunarinnar voru jafn djúpstæð og vísindaleg áhrif hennar.

Hins vegar var vegurinn framundan ekki án áskorana. Áhyggjur vöknuðu af hugsanlegri misnotkun á tækni Luminians, stöðug áminning um viðkvæmt jafnvægi sem þurfti að viðhalda. GEOC var áfram vakandi og hlutverk þess er nú enn mikilvægara við að leiðbeina ábyrgri þróun og beitingu þessarar öflugu tækni. Eftirlitsnefndin hélt áfram að betrumbæta verklagsreglur sínar og aðlagaðist stöðugt síbreytilegri skilningi á arfleifð Luminians. Elara og teymi hennar, nú leiðtogar heimsins á þessum nýja tímum vísindalegra framfara, voru áfram staðráðin í að tryggja siðferðilega og ábyrga notkun þess valds sem þau nú höfðu.

Uppgötvunin gjörbreytti ekki aðeins landslagi vísindalegrar þekkingar heldur einnig sjálfum samfélagsgerð mannsins. Hún ýtti undir endurnýjaða tilfinningu fyrir alþjóðlegri einingu, sameiginlegri skuldbindingu við sjálfbæra framtíð og dýpri skilning á stöðu mannkynsins innan flókins vefnaðar náttúrunnar. Heimurinn hafði breyst, óafturkræft breyttur af arfleifð Luminiana, og framtíðin, þótt óviss væri, bar nú með sér fyrirheit um heim sem væri miklu undursamlegri og vonríkari en nokkur hafði nokkurn tímann þorað að dreyma um. Nýr tími var runninn upp og lofaði framtíð sem var ekki aðeins upplýst af vísindalegum framförum, heldur einnig af siðferðilegri ábyrgð, alþjóðlegu samstarfi og sameiginlegri sýn á umbreyttan heim.

Upphafleg vellíðan í kjölfar afhjúpunar tækni Luminiana vék smám saman fyrir alvarlegri, en jafn djúpstæðari, skilningi: heimurinn hafði óafturkræft færst. Línurnar milli vísinda og galdra, sem áður voru stíft skilgreindar, höfðu óskýrst og skapað nýtt viðmið þar sem hið virtist ómögulega var nú innan seilingar. Sjálfur vefur veruleikans virtist iða af nýfundinni orku, lúmskum titringi sem fannst í vísindalegum byltingum jafnt sem í blómstrandi listrænum tjáningum sem fylgdu í kjölfarið.

Þetta var ekki einföld útskiptingu gamalla hugmynda fyrir nýjar; þetta var samruni, samruni tveggja aðskildra, en samt að lokum samtengdra, skilningsstrauma. Vísindamenn, sem áður voru bundnir við stífar takmarkanir raunvísinda og endurtekningartilrauna, fundu sig glíma við hugtök sem stóðu í vegi fyrir hefðbundnum skýringum. Tækni Luminiana var ekki bara háþróuð - hún var grundvallaratriðum ólík, starfaði eftir meginreglum sem fóru fram úr núverandi skilningi okkar á eðlisfræði, líffræði og jafnvel meðvitund sjálfri. Það var eins og alheimurinn hefði hvíslað leyndarmálum sínum og afhjúpað lag af veruleika sem áður var hulið fyrir mannlegri skynjun.

Þessi opinberun krafðist róttækrar breytinga á sjónarhorni. Samvinna, sem eitt sinn var eftirsóknarvert en oft óljóst markmið í oft samkeppnishæfum heimi vísindarannsókna, varð alger nauðsyn. Vísindamenn frá mismunandi greinum, sem áður höfðu kannski litið hver á annan með faglegri samkeppni, fundu sig sameinaða af sameiginlegri undrun og sameiginlegri leit að skilningi. Eðlisfræðingar unnu við hlið líffræðinga, stærðfræðingar unnu með mannfræðingum og verkfræðingar sameinuðust heimspekingum og sköpuðu þverfagleg teymi sem færðu mörk þekkingar á fordæmalausan hátt.

Samruni vísinda og galdra var ekki bara takmarkaður við rannsóknarstofur eða rannsóknaraðstöðu. Það síast inn í sjálfan samfélagsvefinn, endurmótaði listræna tjáningu, menningarlegar venjur og jafnvel heimspekilega hugsun. Listamenn fundu innblástur í flóknum mynstrum og glæsilegri uppbyggingu tækni Luminiana og sköpuðu stórkostleg listaverk sem endurspegluðunýfundinn samhljómur milli vísinda og galdra. Rithöfundar og kvikmyndagerðarmenn sköpuðu frásagnir sem könnuðu siðferðileg áhrif þessarar öflugu nýju tækni og skoðuðu hugsanlegan ávinning og áhættu af því að beisla krafta sem áður voru taldir vera svið goðsagna og þjóðsagna. Tónlistarmenn sömdu sinfóníur sem vöktu upp flókna orku og kraftmikla samhljóma sem fólst í uppgötvunum Luminiana, og endurspegluðu lotningu og undrun sem alþjóðasamfélagið upplifði.

Menntakerfið gekkst undir algjöra endurskipulagningu. Háskólar og skólar tóku upp nýja þverfaglega nálgun á námi og innleiddu þætti galdra og tækni Luminiana í námskrár sínar. Nemendum var hvatt til að kanna tengslin milli að því er virtist ólíkra sviða, og efla sköpunargáfu og gagnrýna hugsun sem er nauðsynleg til að sigla í gegnum þennan nýja, marghliða veruleika. Áherslan færðist frá utanbókarlærdómi yfir í heildrænni skilning, sem ól upp kynslóð hugsuða sem voru færir um að brúa bilið milli vísindalegs og töfrandi, rökrétts og innsæis.

Þessi nýja tími var þó ekki án áskorana. Hinn mikli kraftur sem fólst í tækni Luminiana kom með djúpa ábyrgðartilfinningu. GEOC, sem upphaflega var stofnað sem eftirlitsstofnun fyrir alþjóðlegt vísindalegt samstarf, uppgötvaði að hlutverk sitt víkkaði til að ná yfir siðferðilegt eftirlit með tækni sem óskýrði línurnar milli vísinda og galdra. Strangar öryggisreglur voru þróaðar, stöðugt betrumbættar og uppfærðar eftir því sem skilningur okkar á tækni Luminiana þróaðist. GEOC setti strangar leiðbeiningar um rannsóknir og þróun, tryggði að valdinu væri beitt á ábyrgan hátt, lágmarkaði möguleika á misnotkun og dregur úr áhættu sem fylgdi slíkri byltingarkenndri tækni. Ný alþjóðleg siðanefnd, skipuð vísindamönnum, siðfræðingum, heimspekingum og fulltrúum frá fjölbreyttum menningarlegum bakgrunni, var stofnuð til að veita áframhaldandi leiðsögn og tryggja gagnsæi í öllum þáttum rannsókna og þróunar.

Efnahagslandslagið gekkst einnig undir verulegar breytingar. Áherslan færðist frá óheftum vexti yfir í sjálfbæra þróun. Tækni Luminiana bauð upp á möguleika á að leysa brýnustu áskoranir mannkynsins - hreina orku, auðlindastjórnun og jafnvel útrýmingu sjúkdóma - og skapaði alþjóðlegt hagkerfi sem er knúið áfram af nýsköpun og samvinnu. Fyrirtæki og atvinnugreinar tóku upp sjálfbæra starfshætti og viðurkenndu samspil efnahagslegrar velmegunar og umhverfisvelferðar. Áherslan á skammtímahagnað vék fyrir langtímasýn um sjálfbæra framtíð, þar sem efnahagsvöxtur væri í samræmi við vistfræðilega verndun.

Kannski var þó mikilvægasta breytingin djúpstæð breyting á hnattrænni meðvitund. Einingartilfinningin, sem upphaflega kviknaði vegna sameiginlegrar undurs uppgötvunar Luminiana, festist í samvinnuanda sem fór yfir þjóðleg mörk og menningarmun. Sameiginlegur skilningur á samtengingu vísinda, galdra og náttúrunnar ýtti undir endurnýjaða tilfinningu fyrir hnattrænni borgararéttindum, djúpa skilning á því að örlög mannkynsins væru óaðskiljanleg. Alþjóðlegt samstarf blómstraði, knúið áfram af sameiginlegum tilgangi og sameiginlegri skuldbindingu við sjálfbæra og farsæla framtíð. Samþætting tækni Luminiana

Í samfélagið var ekki án mótspyrnu. Sumir héldu fast í gömlu siði, óttuðust hið óþekkta og stóðust breytingarnar sem nýja tíminn færði. Aðrir reyndu að nýta sér kraftinn til eigin ávinnings og ógnuðu því að raska viðkvæmu jafnvægi sem hafði verið komið á. GEOC og tengdar eftirlitsnefndir stóðu frammi fyrir mörgum áskorunum og glímdu við siðferðilegar áskoranir sem felast í heimi þar sem vísindi og galdrar lifðu saman. Samt sem áður var ekki hægt að stöðva skriðþunga framfaranna.

Árin liðu og hið eitt sinn óhugsandi varð algengt. Orkunet knúin áfram af sjálfbærum orkugjöfum umbreyttu heilum svæðum. Sjúkdómar sem áður voru taldir ólæknandi voru nú meðhöndlaðir á áhrifaríkan hátt og umhverfisskemmdir fóru að snúast við. Samþætting galdra í vísindalega skilning leiddi til byltingar í læknisfræði, landbúnaði og jafnvel samgöngum, sem sýndi fram á umbreytingarmöguleika nýju hugmyndafræðinnar. Heimurinn var hægt og rólega að gróa, sár hans uxu hægt og rólega, ör hans vitnisburður um fortíð sem mannkynið var staðráðið í að skilja eftir sig.

En ferðalagið var langt frá því að vera búið. Tækni Luminiana, jafnvel með nákvæmum öryggisreglum í gildi, var áfram uppspretta bæði undrunar og kvíða. Hið viðkvæma jafnvægi milli kraftsins sem hún bauð upp á og möguleikans á misnotkun var stöðug áskorun sem krafðist árvekni og ábyrgrar umsjónar. Áframhaldandi rannsóknir og þróun héldu áfram að leiða í ljós nýja möguleika og víkkuðu mörk mannlegs skilnings á þann hátt sem óhlýðni ímyndunaraflsins.

Og þannig rann upp ný tími, tími þar sem vísindi og galdrar dönsuðu saman, þar sem nýsköpun var knúin áfram af siðferðilegri ábyrgð og þar sem alþjóðleg eining var ekki bara fjarlægur draumur heldur lifandi veruleiki. Heimurinn, umbreyttur af arfleifð Luminiana, stóð á þröskuldi framtíðar fullrar af möguleikum, framtíðar upplýst af sameiginlegri snilld mannkynsins og undrum veruleika sem er miklu djúpstæðari en nokkur hefði getað ímyndað sér. Áskoranirnar voru enn til staðar, en vonin, sem fæddist við sameiningu vísinda og galdra, brann bjartari en nokkru sinni fyrr.

Nafn Elöru, sem áður hafði verið takmarkað við lágværar samræður meðal vísindaelítunnar og reyndustu galdramanna, fór nú að óma um allan heim. Verk hennar, sem sumir mættu upphaflega efasemdum og jafnvel ótta, urðu grunnurinn að nýrri vísindalegri og töfralegri endurreisn. Nákvæmar dagbækur hennar, sem hafa verið vandlega skjalfestar áratugum saman, voru þýddar á ótal tungumál, vandlega rannsakaðar og endalaust ræddar í nýstofnuðum þverfaglegum akademíum. Þessar akademíur, bein afleiðing af breytingum á hnattrænni meðvitund sem arfleifð Luminiana ýtti undir, færðu saman vísindamenn, töframenn, heimspekinga og listamenn og sköpuðu þannig líflegt vitsmunalegt vistkerfi þar sem nýsköpun dafnaði.

Byltingarkenndar rannsóknir Elöru á samleitni skammtafræði og dulrænnar orku reyndust sérstaklega umbreytandi. Kenningar hennar, sem sumir harðlínuvísindamenn töldu upphaflega vera ímyndaðar, voru sannaðar án efa með ítarlegum tilraunum og hagnýtum notkunum. Hún sýndi fram á djúpan skilning á þeim fíngerðu orkum sem gegnsýrðu alheiminn, orku sem lengi hafði verið lén galdra, og sýndi fram á hvernig hægt var að beisla og stjórna þessari orku með háþróaðri vísindalegri tækjum. Nýstárlegar hönnunar hennar á orkuleiðslum, sem gátu miðlað og einbeitt þessari orku með einstakri nákvæmni, gjörbyltuðu sviði sjálfbærrar orku. Heilu borgirnar iðuðu nú af hreinni og skilvirkri orku sem nýtt var úr þessum leiðslum, sem var vitnisburður um framsýna snilligáfu Elöru.

Umfram tækniframfarir náðu áhrif Elöru einnig til siðferðilegra sjónarmiða. Hún gerði sér grein fyrir, miklu fyrr en margir, gífurlegum krafti tækni Luminiana og möguleikanum á misnotkun hennar. Í skrifum hennar var lögð áhersla á mikilvægi ábyrgrar nýsköpunar og hvatti komandi kynslóðir til að forgangsraða siðferðilegum sjónarmiðum ofar öllu öðru. Þessi áhersla á siðferðilega ábyrgð varð hornsteinn í áframhaldandi viðleitni GEOC til að stjórna þróun og dreifingu háþróaðrar tækni og tryggja að leit að framförum kæmi ekki á kostnað velferðar mannkynsins.

Arfleifð hennar takmarkaðist ekki eingöngu við vísindalegar og tæknilegar framfarir. Djúpstæður skilningur Elaru á samspili vísinda og galdra hvatti til nýrrar bylgju listrænnar tjáningar. Tónlistarmenn sömdu sinfóníur sem endurspegluðu flókin mynstur orkuflæðis sem komu í ljós í rannsóknum hennar. Listmálarar sköpuðu stórkostleg listaverk sem sýndu fram á flókið samspil milli sýnilegs og ósýnilegs heims. Rithöfundar sköpuðu frásagnir sem könnuðu heimspekilegar afleiðingar uppgötvana Elaru og færðu út fyrir mörk mannlegs skilnings og ímyndunarafls. Verk hennar urðu innblástur fyrir kynslóð listamanna sem leituðust við að fanga fegurð og undur veruleika sem var endurskilgreindur með samruna vísinda og galdra.

Framlag Elaru náði jafnvel til menntunar. Vandlega skjalfestar rannsóknaraðferðir hennar, sem einkennast af blöndu af ströngum vísindalegum rannsóknum og innsæi í töfrum, urðu fyrirmynd að nýrri þverfaglegri námskrá. Skólar og háskólar tóku upp þessa námskrá og ól upp kynslóð hugsuða sem voru færir um að brúa bilið milli vísinda og galdra, skynsemi og innsæis. Nemendum var hvatt til að kanna tengslin milli að því er virtist ólíkra sviða, og efla sköpunargáfu og gagnrýna hugsun sem er nauðsynleg til að sigla í gegnum þennan nýja, marghliða veruleika. Arfleifð Elöru var ekki bara vísindaleg; hún var kennslufræðileg, mótaði hugi komandi kynslóða og bjó þær undir að takast á við áskoranir og tækifæri í breyttum heimi.

Áhrif verka Elöru náðu langt út fyrir fræðasamfélagið og listamenn. Brautryðjendarannsóknir hennar í sjálfbærum landbúnaði, þar sem hún notaði einstaka blöndu af vísindalegum aðferðum og fornum töfrum, juku matvælaframleiðslu um allan heim til muna. Þetta, ásamt framförum í læknisfræði sem sprottnu af skilningi hennar á samspili orkusviða og mannslíkamans, leiddi til ótrúlegrar minnkunar á fátækt og sjúkdómum í heiminum. Uppgötvanir hennar umbreyttu á áhrifaríkan hátt heilum vistkerfum, endurlífguðu hnignuð lönd og efldu líffræðilegan fjölbreytileika. Þessir afrek, sem sprottin voru af djúpum skilningi á samtengingu allra lífvera, festu arfleifð Elöru í sessi sem baráttukonu sjálfbærni og sannrar mannúðar.

Arfleifð Elöru var þó ekki án flækjustigs. Sumir efuðust enn um siðferðilegar afleiðingar þess að beisla kraft tækni Luminiana, jafnvel með þeim öryggisráðstöfunum sem voru til staðar. Umræður héldu áfram um viðeigandi jafnvægi milli vísindalegra framfara og umhverfisverndar. Sjálft eðli kraftsins sem Elöru hjálpaði til við að leysa úr kvíða sem myndaðist; Möguleikinn á misnotkun var stöðug áminning um að ferðalagið í átt að samheldinni framtíð væri enn í gangi og krafðist stöðugrar árvekni.

Þrátt fyrir þessar viðvarandi áskoranir stóð arfleifð Elöru sem vonarljós. Verk hennar voru vitnisburður um möguleika mannlegrar hugvitsemi þegar hún var knúin áfram af djúpum skilningi á samtengingu alheimsins. Líf hennar þjónaði sem dæmi um kraft samvinnu, nýsköpunar og siðferðilegrar ábyrgðar og hvatti ótal einstaklinga til að leggja sitt af mörkum til áframhaldandi umbreytingar heimsins. Minnismerki voru reist henni til heiðurs, ekki aðeins sem tákn um vísindaleg afrek, heldur sem tákn um mannlega möguleika, áminning um að sameining vísinda og galdra gæti rutt brautina fyrir bjartari framtíð, framtíð sem byggð var á sjálfbærni, samvinnu og sameiginlegri þakklæti fyrir undrum alheimsins.

Jafnvel öldum síðar héldu nýjar uppgötvanir áfram að byggja á grunni Elöru. Vísindamenn og töframenn, innblásnir af fordæmi hennar, köfuðu dýpra í leyndardóma tækni Luminiana, afhjúpuðu nýja möguleika og tóku á við viðvarandi áskoranir. Sjálft rannsóknarverk hennar, að ráða flóknar jöfnur hennar og dularfull tákn, varð hvati að frekari nýsköpun. Dagbækur hennar urðu ekki bara söguleg skjöl, heldur kraftmiklir textar, innsýn þeirra stöðugt endurtúlkuð og útvíkkuð í ljósi nýrrar þekkingar og uppgötvana.

Áhrif Elöru á alþjóðlega meðvitund voru óumdeilanleg. Verk hennar fóru fram úr einföldum vísindalegum og tæknilegum framþróunum; þau breyttu grundvallaratriðum skilningi mannkynsins á stöðu sinni í alheiminum. Tilfinningin um sameiginlegan tilgang og alþjóðlega einingu, sem upphaflega kviknaði við komu Luminiana, styrktist enn frekar með framlagi Elöru. Líf hennar og starf þjónuðu sem sameinandi kraftur, innblés til samvinnu og efldi alþjóðlega skuldbindingu við sjálfbæra og farsæla framtíð. Arfleifð hennar var ekki bara safn vísindalegra byltingar, heldur vitnisburður um kraft mannlegrar samvinnu, nýsköpunar og djúprar virðingar fyrir flóknu jafnvægi náttúrunnar.

Heimurinn hélt áfram að þróast, en áhrif Elaru voru jafn djúpstæð og alltaf. Nýjar kynslóðir vísindamanna, töframanna, listamanna og hugsuða héldu áfram að fá innblástur frá framtíðarsýn hennar, byggðu á verkum hennar og mótuðu framtíð sem var skilgreind af samræmdri blöndu vísinda og galdra, skynsemi og innsæis. Saga hennar varð að varanlegri þjóðsögu, öflug áminning um að jafnvel í ljósi óvissu og mótlætis gæti mannsandinn, þegar hann er sameinaður djúpum skilningi á alheiminum, sigrast á áskorunum og skapað betri heim fyrir alla. Ómurinn af nafni hennar, sem eitt sinn var hvíslað í lágum rómi, ómar nú í gegnum aldirnar, vitnisburður um varanlegan kraft lífs sem helgað er þekkingu, samúð og leit að bjartari framtíð. Arfleifð Elaru - vefnaður ofinn úr þráðum vísinda, galdra og mannkyns - hélt áfram að veita innblástur og móta heiminn, heim sem breyttist að eilífu vegna uppgötvana hennar og óhagganlegrar skuldbindingar hennar við samræmdari tilveru.

Opinberanirnar sem voru innan kristalspiralsins voru ekki bara vísindaleg bylting; þær voru hugmyndabreyting, grundvallar endurhugsun á undirliggjandi vélfræði alheimsins. Flóknu orkumynstrin, fínleg samspil skammtafræði og dulrænna galdra, sjálft vefur veruleikans – allt var afhjúpað og afhjúpaði alheim sem var miklu flóknari og samtengdari en nokkur hafði nokkurn tímann þorað að ímynda sér. Þessi nýfundna skilningur breytti ekki aðeins vísindakenningum; hann mótaði mannlega siðmenningu í grundvallaratriðum.

Borgir, sem áður voru útbreiddar stórborgir sem kæfðar voru af mengun og háðar ósjálfbærum orkugjöfum, umbreyttust í lífleg, umhverfisvæn miðstöðvar. Hönnun Elara á orkuleiðslum, sem í fyrstu mættu efasemdum, varð hornsteinn alþjóðlegrar orkubyltingar. Þessar leiðslur, sem drógu orku úr sjálfum vef veruleikans, beisluðu áður ónotaðar uppsprettur hreinnar, sjálfbærrar orku og útrýmdu í raun þörfinni fyrir jarðefnaeldsneyti. Loftið hreinsaðist og afhjúpaði himininn sem áður var hulinn af smogi og áður ófrjósamt land fór að blómstra. Landslagið sjálft yngjaðist upp og endurspeglaði endurnýjaða sátt milli mannkynsins og náttúrunnar.

Landbúnaður gekk einnig í gegnum dramatískar umbreytingar. Rannsóknir Elara á líforku, þar sem þær sameinuðu fornar galdraaðferðir og nýjustu vísindaaðferðir, leiddu til byltingarkenndra framfara í landbúnaði. Uppskera dafnaði á áður hrjóstrugum löndum og gaf ríkulega uppskeru með lágmarks umhverfisáhrifum. Erfðabreyttar lífverur, vandlega unnar með blöndu af vísindalegri nákvæmni og töfrakenndri innsæi, framleiddu næringarríkari matvæli sem voru ónæm fyrir sjúkdómum og jukust verulega matvælaöryggi um allan heim. Tímabil hungursneyðar og útbreiddrar vannæringar varð fjarlæg og ásækin minning.

Læknisfræðin upplifði fordæmalaust stökk fram á við. Uppgötvanir Elaru varðandi fíngerðu orkusviðin sem umlykja mannslíkamann og samspil þeirra við dulrænar orkur gjörbyltuðu meðferð sjúkdóma. Nýjar meðferðir komu fram, sem gátu miðað á sjúkdóma á frumustigi og boðið upp á lækningu við sjúkdómum sem áður voru taldir ólæknandi. Lífslíkur jukust verulega og lífsgæði bötnuðu til muna, þar sem langvinnum sjúkdómum var hægt að meðhöndla eða útrýma á áhrifaríkan hátt. Þessi róttæka breyting í heilbrigðisþjónustu leiddi til mikillar lækkunar á dánartíðni í heiminum, umbreytti samfélögum og frelsaði úrræði fyrir menntun, listir og leit að þekkingu.

Umfram efnislegar framfarir náði arfleifð Elaru til meðvitundarinnar sjálfrar. Innsýn hennar í samtengingu allra hluta ýtti undir djúpa tilfinningu fyrir alþjóðlegri einingu og sameiginlegri ábyrgð. Þjóðarmörk, sem áður voru línur skiptingar og átaka, fóru að dofna í mikilvægi þegar mannkynið viðurkenndi sameiginleg örlög sín og samtengingu vistkerfis jarðarinnar. Hugtakið alþjóðlegt ríkisfang festi rætur og efldi alþjóðlegt samstarf á fordæmalausum skala.

Hins vegar var umskiptin ekki án áskorana. Skyndileg innstreymi nýrrar þekkingar og tækni skapaði kvíða og óvissu. Möguleikinn á misnotkun uppgötvana Elöru, þótt hún leggi áherslu á siðferðilega ábyrgð og strangar reglur hafi dregið úr möguleikum hennar, var enn yfirvofandi áhyggjuefni. Umræður geisuðu um viðeigandi jafnvægi milli vísindalegra framfara og umhverfisverndar, milli einstaklingsfrelsis og sameiginlegrar ábyrgðar. Sumir héldu fast í gamla siði, óttuðust röskun á hefðbundnu lífi sínu og stóðust umbreytingarkraft arfleifðar Elöru.

Samt sem áður voru yfirgnæfandi viðbrögð lotningar og undrunar. Uppgötvanir Elöru kveiktu alþjóðlega endurreisn sköpunar og nýsköpunar. Listamenn sóttu innblástur í nýuppgötvað leyndardóma alheimsins og sköpuðu listaverk sem endurspegluðu flókna fegurð orkusviðanna og djúpstæða samtengingu allra lifandi vera. Tónlistarmenn sömdu sinfóníur sem endurspegluðu samræmda mynstur orkuflæðis og fanguðu kjarna byltingarkenndra rannsókna Elöru. Rithöfundar skrifuðu frásagnir sem könnuðu heimspekilegar afleiðingar niðurstaðna hennar og færðu út fyrir mörk mannlegs ímyndunarafls.

Menntun gekk í gegnum róttækar breytingar. Rannsóknaraðferð Elöru, þar sem hún blandaði saman nákvæmum vísindalegum rannsóknum og innsæi í töfraheiminum, varð fyrirmynd að nýrri þverfaglegri námskrá. Skólar og háskólar tóku upp þessa námskrá og ól upp kynslóð hugsuða sem gátu brúað bilið milli vísinda og galdra, skynsemi og innsæis. Nemendum var hvatt til að kanna tengslin milli ólíkra sviða, sem efla sköpunargáfu og gagnrýna hugsun sem er nauðsynleg til að sigla í gegnum þennan flókna nýja veruleika.

Eðli vísindalegra rannsókna þróaðist. Samþætting galdra í vísindalega aðferðafræði ól upp nýja tíma samvinnukönnunar. Vísindamenn og töframenn unnu hlið við hlið, hver með sína einstöku sjónarmið og þekkingu til að afhjúpa leyndardóma alheimsins. Þessi þverfaglega nálgun leiddi til fordæmalausrar aukningar í vísindalegum framförum, byggði á grunni Elöru og færði út fyrir mörk mannlegs skilnings.

Áhrif Elöru náðu langt út fyrir svið vísinda og tækni. Verk hennar innblésu grundvallarbreytingu á mannlegum gildum, með áherslu á samvinnu, sjálfbærni og djúpa virðingu fyrir samtengingu allra lifandi vera. Líf hennar varð vitnisburður um kraft mannlegrar hugvitsemi, möguleika á samvinnu og mikilvægi siðferðilegrar ábyrgðar í ljósi hraðrar tækniframfara.

Arfleifð hennar var þó ekki bara safn vísindalegra byltingar eða tæknilegra undra; það var djúpstæð umbreyting á meðvitund mannsins.

Heimurinn, sem eitt sinn var sundurleitur af átökum og klofinn af hugmyndafræði, fann nýja tilfinningu fyrir einingu og sameiginlegum tilgangi. Sjálf hugmyndin um stöðu mannkynsins í alheiminum var endurskilgreind og færðist frá sjónarhorni yfirráða og arðráns yfir í sjónarhorn um umsjón og samræmda sambúð. Áskoranirnar voru auðvitað enn til staðar – siðferðileg sjónarmið, möguleiki á misnotkun, þörfin fyrir stöðuga árvekni – en andi samvinnu og óhagganleg leit að betri framtíð voru áfram einkennandi einkenni þessarar nýju tíma. Verk Elaru, sem eru vitnisburður um varanlegan kraft mannlegrar hugvitsemi og samúðar, mótuðu heiminn ekki aðeins efnislega heldur einnig andlega. Saga hennar varð að leiðarljósi sem leiddi mannkynið að framtíð sem skilgreindist af sátt, skilningi og djúpri virðingu fyrir flóknum fegurð alheimsins. Heimur sem var að eilífu umbreyttur, að eilífu mótaður af bergmáli nafns hennar.

Ilmur af regnþveginni jörð og blómstrandi jasmin hékk þungur í loftinu, ilmandi mótvægi við suð nýbyggðra orkuleiða sem púlsuðu með mildu, næstum ómerkilegu ljósi. Borgin Porthaven, sem eitt sinn var skítug iðnaðarmiðstöð, líktist nú fantasískri garðborg, byggingar hennar mótaðar úr glitrandi, lífljómandi efnum, óaðfinnanlega samofnar umhverfinu. Umbreytingin var stórkostleg, vitnisburður um arfleifð Elöru, arfleifð sem náði langt út fyrir áþreifanlegar framfarir í tækni og læknisfræði.

Ár voru liðin síðan opinberanirnar sem voru innan kristalspiralsins höfðu endurmótað heiminn. Þótt líkamleg nærvera Elöru hefði dofnað, var andi hennar enn til staðar, ofinn í sjálfan vef samfélagsins sem hún hjálpaði til við að skapa. Verk hennar höfðu innblásið nýja kynslóð vísindamanna og galdramanna, einstaklinga sem sameinuðu óaðfinnanlega strangar vísindalegar rannsóknir við innsæi töfraskilnings, og ýttu mörkum mannlegrar þekkingar lengra en nokkur hefði getað ímyndað sér.

Alþjóðaráðið, stofnun sem mynduð var í kjölfar uppgötvana Elöru, hélt áfram að glíma við flækjustig þessarar nýju tíma. Umræður geisuðu enn, en nú voru þær umræður sem snerust um fínpússun, hagræðingu og siðferðileg sjónarmið sífellt öflugri tækni. Áherslan hafði færst frá því að lifa af og berjast gegn skorti yfir í leit að sameiginlegri velferð og samhljóða sambúð mannkynsins við náttúruna.

Meðal ört vaxandi vísindasviða voru þau sem könnuðu flækjur millivíddarferða. Hvísl barst um teymi sem lögðu af stað inn í áður óaðgengileg tilverusvæði og sneru aftur með sögur af framandi landslagi, skynjandi flóru og siðmenningum sem voru miklu þróaðri en mannkynið sjálft. Þessir leiðangrar, sem upphaflega voru huldir leynd, voru smám saman að verða opnari, knúnir áfram af vaxandi viðurkenningu á stöðu mannkynsins innan mun stærra alheimsvefnaðar. Gamli ótti við einangrun og tilvistarógn var skipt út fyrir undur og spennu hins óþekkta.

Listin blómstraði, innblásin af nýuppgötvuðum undrum alheimsins. Höggmyndir púlsuðu af fanguðum orkusviðum og endurspegluðu flókin mynstur og samhverfur sem Elara og eftirmenn hennar uppgötvuðu. Tónlist innlimaði fíngerða samhljóm skammtaheimsins og skapaði hljóðlandslag sem vakti bæði lotningu og ró. Bókmenntir könnuðu heimspekilegar afleiðingar nýfundinnar skilnings mannkynsins, kafuðu djúpt í eðli meðvitundar, samtengingu allra hluta og siðferðilega ábyrgð sem fylgdi slíku miklu valdi.

Menntakerfið hélt áfram þróun sinni og innlimaði heildræna nálgun Elara á nám. Börnum var ekki aðeins kennt flækjustig vísinda og galdra heldur einnig mikilvægi gagnrýninnar hugsunar, siðferðilegrar ákvarðanatöku og alþjóðlegrar borgaravitundar. Námskráin hvatti til samkenndar, samvinnu og djúprar þakklætis fyrir samtengingu alls lífs og undirbjó næstu kynslóð til að sigla í gegnum flækjustig breytts heims.

Jafnvel þótt þessar fordæmalausu framfarir væru enn til staðar áskoranir. Möguleikinn á misnotkun öflugrar tækni var stöðugt áhyggjuefni. Alþjóðaráðið varði miklum fjármunum til að þróa öryggisráðstafanir og siðferðilegar leiðbeiningar og kom á fót ströngum eftirlitskerfum til að koma í veg fyrir þróun vopna eða tækni sem gæti ógnað viðkvæmu jafnvægi plánetunnar. Þessar tilraunir báru ekki alltaf árangur; einstök tilvik misnotkunar komu upp, sem undirstrikaði áframhaldandi þörf fyrir árvekni og aðlögun.

Könnun alheimsins sjálfs var ekki án hættna. Snemma millivíddarleiðangrar leiddu í ljós ekki aðeins undur heldur einnig ógnir. Undarlegar, orkubundnar verur, sem virtust frá öðrum víddum, birtust stundum í mannlegu geimnum og ollu einstökum áskorunum sem kröfðust blöndu af vísindalegri hugvitsemi og töfrahæfileikum til að sigrast á. Þessi fundir, þótt þeir væru í fyrstu óþægilegir, ýttu undir endurnýjaða tilfinningu fyrir alþjóðlegri einingu og sameiginlega ákvörðun um að vernda jörðina og íbúa hennar.

En sagan endaði ekki með þessum áskorunum. Hún stækkaði og teygði sig út í nýjar og óvæntar áttir. Nýjar uppgötvanir byggðu á undirstöðuverkum Elöru og afhjúpuðu frekari flækjustig í uppbyggingu alheimsins. Skilningur á meðvitundinni sjálfri tók stökkbreytingum, þar sem vísindamenn og galdramenn fóru að kanna möguleika á samskiptum milli tegunda, jafnvel með lífsformum sem voru óskiljanleg fyrir mannlegan skilning.

Möguleikinn á að stjórna tímanum sjálfum varð aðaláhersla rannsókna. Þótt siðferðilegum afleiðingum væri vandlega íhugað voru möguleikarnir of freistandi til að hunsa þá. Stýrðar tilraunir, gerðar undir ströngu eftirliti, könnuðu fíngerða vélfræði tímastjórnunar, opnuðu möguleika á að laga fyrri mistök, koma í veg fyrir framtíðarhamfarir og öðlast dýpri skilning á tímalínu alheimsins.

Menningarlandslagið gekkst einnig undir djúpstæðar breytingar. Fornar goðsagnir og þjóðsögur, sem áður voru afgreiddar sem þjóðsögur, voru endurmetnar í ljósi uppgötvana Elöru. Margar af þessum goðsögnum, eins og kom í ljós, innihéldu kjarna sannleikans, vísbendingar um gleymda tækni og skilning, sem biðu eftir að vera enduruppgötvaðar og endurtúlkaðar. Þessi blanda af fornri visku og nútímavísindum skapaði líflega og kraftmikla menningu, sem faðmaði bæði hefðir og nýsköpun.

Eftirmálinn var þó ekki niðurstaða heldur framhald. Frásögnin, þegar hún hafði náð þessum punkti, opnaðist á breiðara striga og gaf í skyn framtíð fullri af ólýsanlegum möguleikum. Langvarandi spurningar, óleystar áskoranir, yfirvofandi leyndardómar, allt loforð um frekari ævintýri, frekari uppgötvanir, frekari kannanir. Lesandinn sat ekki eftir með tilfinningu um lokun, heldur með tilfinningu um óendanlega eftirvæntingu, þrá eftir að verða vitni að þróun þessa nýlega töfrandi og vísindalega háþróaða heims.

Arfleifð Elöru var ekki einn atburður, eitt afrek, heldur áframhaldandi þróun, líflegur vefnaður ofinn úr vísindum, galdri og varanlegum anda mannlegrar forvitni. Það var vitnisburður um kraft samvinnu, mikilvægi siðferðilegrar ábyrgðar og óendanlega möguleika heims þar sem vísindi og galdrar fléttuðust saman, heimur sem umbreytist að eilífu af hvísli nafns hennar og bergmálum uppgötvana hennar. Framtíðin, þótt óviss væri, gaf fyrirheit um enn stærri undur, frekari framfarir og dýpri skilning á alheiminum og stöðu mannkynsins innan hans, allt byggt á þeim grunni sem Elara lagði, grunni sem náði langt út fyrir hið áþreifanlega og inn í hjarta mannlegrar meðvitundar. Sagan snerist í raun ekki um hana, heldur um varanlegan kraft mannlegrar hugvitsemi og óendanlega möguleika sem biðu framundan fyrir heim sem hafði gjörbreyst að eilífu. Og þegar sólin settist á þessari nýju tímum og varpaði löngum skuggum yfir endurnýjað landslag, hófst nýr kafli, fullur af loforði um ósögð ævintýri. Aetherium

(bakefni)

: Náttúruleg orkulind sem er virkjuð með uppgötvunum Elöru og myndar grunn að mikilli af háþróaðri tækni Porthaven.

Chroniton Flux (krónítónflæði): Fínleg stjórnun tímans, flókið og mjög stjórnað vísindasvið.

Kristallaþráður: Gripurinn sem opnaði leyndarmál aetherium og ferðalaga milli vídda.

Víddarbrot: Brot af orku eða efni sem eiga uppruna sinn í öðrum víddum, oft óstöðug og hugsanlega hættuleg.

Ljósbyggingar: Byggingar smíðaðar úr lífljómandi efnum sem samþætta byggingarlist og náttúru óaðfinnanlega.

Skammtasamhljómar: Fínleg orkumynstur sem liggja að baki veruleikanum, notuð í háþróuðum hljóðfærum og listrænum tjáningum.

Solara-tækni: Háþróuð tækni byggð á meginreglum eteríums og skammtasamhljóma. [Bókartitill][Framhaldstitill, ef við á]

www.ingramcontent.com/pod-product-compliance
Lightning Source LLC
LaVergne TN
LVHW040444051026
849517LV00002B/741
* 9 7 9 8 2 3 1 6 4 4 3 9 1 *